T R A N Z L A T Y

El idioma es para todos

Ngôn ngữ dành cho tất cả mọi người

I0090581

El Manifiesto Comunista

Tuyên ngôn Cộng sản

Karl Marx
&
Friedrich Engels

Español / Tiếng Việt

\

Copyright © 2025 Tranzlaty
All rights reserved.

Published by Tranzlaty
ISBN: 978-1-80572-446-9
Original text by Karl Marx and Friedrich Engels
The Communist Manifesto
First published in 1848
www.tranzlaty.com

Introducción
Giới thiệu

Un fantasma acecha a Europa: el fantasma del comunismo
Một bóng ma đang ám ảnh châu Âu - bóng ma của chủ nghĩa cộng sản

Todas las potencias de la vieja Europa han entrado en una santa alianza para exorcizar este fantasma
Tất cả các cường quốc của châu Âu cũ đã tham gia vào một liên minh thần thánh để xua đuổi bóng ma này

El Papa y el Zar, Metternich y Guizot, los radicales franceses y los espías de la policía alemana
Giáo hoàng và Sa hoàng, Metternich và Guizot, Cấp tiến Pháp và gián điệp cảnh sát Đức

¿Dónde está el partido en la oposición que no ha sido tachado de comunista por sus adversarios en el poder?
Đảng đối lập ở đâu mà không bị các đối thủ cầm quyền lên án là Cộng sản?

¿Dónde está la Oposición que no haya devuelto el reproche de marca al comunismo contra los partidos de oposición más avanzados?
Đâu là phe đối lập đã không đẩy lùi sự khiển trách thương hiệu của chủ nghĩa cộng sản, chống lại các đảng đối lập tiên tiến hơn?

¿Y dónde está el partido que no ha hecho la acusación contra sus adversarios reaccionarios?
Và đâu là đảng chưa tố cáo các đối thủ phản động của mình?

Dos cosas resultan de este hecho
Hai điều xuất phát từ thực tế này

I. El comunismo es ya reconocido por todas las potencias europeas como una potencia en sí misma
I. Chủ nghĩa cộng sản đã được tất cả các cường quốc châu Âu thừa nhận là một cường quốc

II. Ya es hora de que los comunistas publiquen abiertamente, a la vista de todo el mundo, sus puntos de vista, sus objetivos y sus tendencias

II. Đã đến lúc những người cộng sản phải công khai, trước mặt toàn thế giới, công bố quan điểm, mục đích và xu hướng của họ

deben hacer frente a este cuento infantil del Espectro del Comunismo con un Manifiesto del propio partido

họ phải đáp ứng câu chuyện vườn ươm này về Bóng ma của chủ nghĩa cộng sản với một Tuyên ngôn của chính đảng

Con este fin, comunistas de diversas nacionalidades se han reunido en Londres y han esbozado el siguiente Manifiesto

Để đạt được mục đích này, những người Cộng sản thuộc nhiều quốc tịch khác nhau đã tập hợp tại London và phác thảo Tuyên ngôn sau đây

El presente manifiesto se publicará en inglés, francés, alemán, italiano, flamenco y danés

bản tuyên ngôn này sẽ được xuất bản bằng các ngôn ngữ Anh, Pháp, Đức, Ý, Flemish và Đan Mạch

Y ahora se publicará en todos los idiomas que ofrece Tranzlaty

Và bây giờ nó sẽ được xuất bản bằng tất cả các ngôn ngữ mà Tranzlaty cung cấp

La burguesía y los proletarios
Tư sản và vô sản

La historia de todas las sociedades existentes hasta ahora es la historia de las luchas de clases

Lịch sử của tất cả các xã hội tồn tại cho đến nay là lịch sử của các cuộc đấu tranh giai cấp

Hombre libre y esclavo, patricio y plebeyo, señor y siervo, maestro de gremio y oficial

Người tự do và nô lệ, quý tộc và plebeian, lãnh chúa và nông nô, chủ bang hội và người hành trình

en una palabra, opresor y oprimido

Nói một cách dễ hiểu, kẻ áp bức và bị áp bức

Estas clases sociales estaban en constante oposición entre sí

Những tầng lớp xã hội này liên tục đối lập với nhau

Llevaron a cabo una lucha ininterrumpida. Ahora oculto, ahora abierto

Họ tiếp tục một cuộc chiến không bị gián đoạn. Bây giờ ẩn, bây giờ mở

una lucha que terminó en una reconstitución revolucionaria de la sociedad en general

Một cuộc chiến hoặc kết thúc bằng một cuộc cách mạng tái cấu trúc xã hội nói chung

o una lucha que terminó en la ruina común de las clases contendientes

hoặc một cuộc chiến kết thúc trong sự hủy hoại chung của các giai cấp tranh chấp

Echemos la vista atrás a las épocas anteriores de la historia

Chúng ta hãy nhìn lại những kỷ nguyên trước đó của lịch sử

Encontramos casi en todas partes una complicada organización de la sociedad en varios órdenes

Chúng ta thấy hầu như ở khắp mọi nơi một sự sắp xếp phức tạp của xã hội thành nhiều trật tự khác nhau

Siempre ha habido una múltiple gradación de rango social

Luôn luôn có một sự phân cấp đa dạng của cấp bậc xã hội

En la antigua Roma tenemos patricios, caballeros, plebeyos, esclavos

Ở La Mã cổ đại, chúng ta có những người yêu nước, hiệp sĩ, plebeians, nô lệ

en la Edad Media: señores feudales, vasallos, maestros de gremios, oficiales, aprendices, siervos

vào thời trung cổ: lãnh chúa phong kiến, chư hầu, chủ bang hội, người hành trình, người học việc, nông nô

En casi todas estas clases, de nuevo, las gradaciones subordinadas

Trong hầu hết các lớp này, một lần nữa, cấp bậc phụ

La sociedad burguesa moderna ha brotado de las ruinas de la sociedad feudal

Xã hội tư sản hiện đại đã nảy mầm từ đống đổ nát của xã hội phong kiến

Pero este nuevo orden social no ha eliminado los antagonismos de clase

Nhưng trật tự xã hội mới này đã không xóa bỏ sự đối kháng giai cấp

No ha hecho más que establecer nuevas clases y nuevas condiciones de opresión

Nó đã thiết lập các giai cấp mới và các điều kiện áp bức mới

Ha establecido nuevas formas de lucha en lugar de las antiguas

Nó đã thiết lập các hình thức đấu tranh mới thay cho các hình thức đấu tranh cũ

Sin embargo, la época en la que nos encontramos posee un rasgo distintivo

Tuy nhiên, thời đại mà chúng ta thấy mình đang ở sở hữu một đặc điểm khác biệt

la época de la burguesía ha simplificado los antagonismos de clase

thời đại của giai cấp tư sản đã đơn giản hóa sự đối kháng giai cấp

La sociedad en su conjunto se divide cada vez más en dos grandes campos hostiles

Xã hội nói chung ngày càng chia thành hai phe thù địch lớn

dos grandes clases sociales enfrentadas directamente: la burguesía y el proletariado

hai giai cấp xã hội lớn đối diện trực tiếp với nhau: Tư sản và Vô sản

De los siervos de la Edad Media surgieron los burgueses de las primeras ciudades

Từ nông nô thời Trung cổ đã xuất hiện những người chăn nuôi điều lệ của các thị trấn sớm nhất

A partir de estos burgueses se desarrollaron los primeros elementos de la burguesía

Từ những kẻ trộm cắp này, những yếu tố đầu tiên của giai cấp tư sản đã được phát triển

El descubrimiento de América y el doblamiento del Cabo

Khám phá ra nước Mỹ và vòng quanh Cape

estos acontecimientos abrieron un nuevo terreno para la burguesía en ascenso

những sự kiện này đã mở ra nền tảng mới cho giai cấp tư sản đang trỗi dậy

Los mercados de las Indias Orientales y China, la colonización de América, el comercio con las colonias

Thị trường Đông Ấn và Trung Quốc, thuộc địa của Mỹ, thương mại với các thuộc địa

el aumento de los medios de cambio y de las mercancías en general

sự gia tăng các phương tiện trao đổi và hàng hóa nói chung

Estos acontecimientos dieron al comercio, a la navegación y a la industria un impulso nunca antes conocido

Những sự kiện này đã mang lại cho thương mại, điều hướng và ngành công nghiệp một động lực chưa từng được biết đến trước đây

Dio un rápido desarrollo al elemento revolucionario en la tambaleante sociedad feudal

Nó đã phát triển nhanh chóng yếu tố cách mạng trong xã hội phong kiến đang lung lay

Los gremios cerrados habían monopolizado el sistema feudal de producción industrial

Các bang hội khép kín đã độc quyền hệ thống sản xuất công nghiệp phong kiến

Pero esto ya no bastaba para satisfacer las crecientes necesidades de los nuevos mercados

Nhưng điều này không còn đủ cho nhu cầu ngày càng tăng của các thị trường mới

El sistema manufacturero sustituyó al sistema feudal de la industria

Hệ thống sản xuất đã thay thế hệ thống công nghiệp phong kiến

Los maestros de gremio fueron empujados a un lado por la clase media manufacturera

Các guild-master bị đẩy sang một bên bởi tầng lớp trung lưu sản xuất

La división del trabajo entre los diferentes gremios corporativos desapareció

Phân công lao động giữa các bang hội doanh nghiệp khác nhau biến mất

La división del trabajo penetraba en cada uno de los talleres

Sự phân công lao động thâm nhập vào từng phân xưởng

Mientras tanto, los mercados seguían creciendo y la demanda seguía aumentando

Trong khi đó, các thị trường tiếp tục phát triển và nhu cầu ngày càng tăng

Ni siquiera las fábricas bastaban para satisfacer las demandas

Ngay cả các nhà máy cũng không còn đủ để đáp ứng nhu cầu

A partir de entonces, el vapor y la maquinaria revolucionaron la producción industrial

Do đó, hơi nước và máy móc đã cách mạng hóa sản xuất công nghiệp

El lugar de la manufactura fue ocupado por el gigante, la Industria Moderna

Nơi sản xuất đã được thực hiện bởi người khổng lồ, Công nghiệp hiện đại

El lugar de la clase media industrial fue ocupado por millonarios industriales

Vị trí của tầng lớp trung lưu công nghiệp đã được thực hiện bởi các triệu phú công nghiệp

el lugar de los jefes de ejércitos industriales enteros fue ocupado por la burguesía moderna

vị trí của các nhà lãnh đạo của toàn bộ quân đội công nghiệp đã được thực hiện bởi giai cấp tư sản hiện đại

el descubrimiento de América allanó el camino para que la industria moderna estableciera el mercado mundial

việc phát hiện ra nước Mỹ đã mở đường cho ngành công nghiệp hiện đại thiết lập thị trường thế giới

Este mercado dio un inmenso desarrollo al comercio, la navegación y la comunicación por tierra

Thị trường này đã cho một sự phát triển to lớn cho thương mại, hàng hải và thông tin liên lạc bằng đường bộ

Este desarrollo ha repercutido, en su momento, en la extensión de la industria

Sự phát triển này, trong thời gian của nó, đã phản ứng về việc mở rộng ngành công nghiệp

Reaccionó en proporción a cómo se extendía la industria, y cómo se extendían el comercio, la navegación y los ferrocarriles

Nó phản ứng tỷ lệ thuận với cách ngành công nghiệp mở rộng, và cách thương mại, điều hướng và đường sắt mở rộng

en la misma proporción en que la burguesía se desarrolló, aumentó su capital

trong cùng một tỷ lệ mà giai cấp tư sản phát triển, họ đã tăng vốn của họ

y la burguesía relegó a un segundo plano a todas las clases heredadas de la Edad Media

và giai cấp tư sản bị đẩy vào nền tảng mọi giai cấp được lưu truyền từ thời Trung cổ

por lo tanto, la burguesía moderna es en sí misma el producto de un largo curso de desarrollo

do đó giai cấp tư sản hiện đại tự nó là sản phẩm của một quá trình phát triển lâu dài

Vemos que es una serie de revoluciones en los modos de producción y de intercambio

Chúng ta thấy đó là một loạt các cuộc cách mạng trong các phương thức sản xuất và trao đổi

Cada paso de la burguesía desarrollista iba acompañado de un avance político correspondiente

Mỗi bước phát triển của giai cấp tư sản đều đi kèm với một bước tiến chính trị tương ứng

Una clase oprimida bajo el dominio de la nobleza feudal

Một giai cấp bị áp bức dưới sự thống trị của giới quý tộc phong kiến

una asociación armada y autónoma en la comuna medieval

Một hiệp hội vũ trang và tự quản ở xã thời trung cổ

aquí, una república urbana independiente (como en Italia y Alemania)

ở đây, một nước cộng hòa đô thị độc lập (như ở Ý và Đức)

allí, un "tercer estado" imponible de la monarquía (como en Francia)

ở đó, một "bất động sản thứ ba" chịu thuế của chế độ quân chủ (như ở Pháp)

posteriormente, en el período de fabricación propiamente dicho

sau đó, trong thời kỳ sản xuất thích hợp

la burguesía servía a la monarquía semifeudal o a la monarquía absoluta

giai cấp tư sản phục vụ chế độ nửa phong kiến hoặc quân chủ tuyệt đối

o la burguesía actuaba como contrapeso contra la nobleza

hoặc giai cấp tư sản đóng vai trò đối trọng với giới quý tộc

y, de hecho, la burguesía era una piedra angular de las grandes monarquías en general

và, trên thực tế, giai cấp tư sản là nền tảng của các chế độ quân chủ vĩ đại nói chung

pero la industria moderna y el mercado mundial se establecieron desde entonces

nhưng ngành công nghiệp hiện đại và thị trường thế giới đã tự thiết lập kể từ đó

y la burguesía ha conquistado para sí el dominio político exclusivo

và giai cấp tư sản đã chinh phục cho mình sự thống trị chính trị độc quyền

logró esta influencia política a través del Estado representativo moderno

nó đã đạt được ảnh hưởng chính trị này thông qua Nhà nước đại diện hiện đại

Los ejecutivos del Estado moderno no son más que un comité de gestión

Các giám đốc điều hành của Nhà nước hiện đại chỉ là một ủy ban quản lý

y manejan los asuntos comunes de toda la burguesía

và họ quản lý các vấn đề chung của toàn bộ giai cấp tư sản

La burguesía, históricamente, ha desempeñado un papel muy revolucionario

Giai cấp tư sản, trong lịch sử, đã đóng một vai trò cách mạng nhất

Dondequiera que se impuso, puso fin a todas las relaciones feudales, patriarcales e idílicas

Bất cứ nơi nào chiếm thế thượng phong, nó chấm dứt mọi quan hệ phong kiến, gia trưởng và bình dị

Ha roto sin piedad los abigarrados lazos feudales que unían al hombre con sus "superiores naturales"

Nó đã xé nát một cách đáng thương mối quan hệ phong kiến motley ràng buộc con người với "cấp trên tự nhiên" của mình

y no ha dejado ningún nexo entre el hombre y el hombre, más allá del puro interés propio

Và nó đã không còn mối liên hệ nào giữa con người và con người, ngoài lợi ích cá nhân trần trụi

Las relaciones del hombre entre sí se han convertido en nada más que un cruel "pago en efectivo"

Mối quan hệ của con người với nhau đã trở thành không gì khác hơn là "thanh toán bằng tiền mặt" nhẫn tâm

Ha ahogado los éxtasis más celestiales del fervor religioso

Nó đã nhấn chìm những sự ngây ngất trên trời nhất của lòng nhiệt thành tôn giáo

ha ahogado el entusiasmo caballeresco y el sentimentalismo filisteo

Nó đã nhấn chìm sự nhiệt tình hào hiệp và chủ nghĩa đa cảm philistine

ha ahogado estas cosas en el agua helada del cálculo egoísta

Nó đã nhấn chìm những thứ này trong nước băng giá của tính toán tự cao tự đại

Ha resuelto el valor personal en valor de cambio

Nó đã giải quyết giá trị cá nhân thành giá trị trao đổi

Ha sustituido a las innumerables e imprescriptibles libertades estatutarias

Nó đã thay thế vô số quyền tự do đặc quyền và không khả thi

y ha establecido una libertad única e inconcebible; Libre cambio

và nó đã thiết lập một sự tự do duy nhất, vô lương tâm; Thương mại tự do

En una palabra, lo ha hecho para la explotación

Nói một cách dễ hiểu, nó đã làm điều này để khai thác

explotación velada por ilusiones religiosas y políticas

Sự bóc lột bị che đậy bởi những ảo tưởng tôn giáo và chính trị

explotación velada por una explotación desnuda, desvergonzada, directa, brutal

Sự bóc lột được che đậy bởi sự bóc lột trần trụi, không biết xấu hổ, trực tiếp, tàn bạo

la burguesía ha despojado de la aureola a todas las ocupaciones anteriormente honradas y veneradas

giai cấp tư sản đã lột bỏ vầng hào quang khỏi mọi nghề nghiệp được tôn vinh và tôn kính trước đây

el médico, el abogado, el sacerdote, el poeta y el hombre de ciencia

Bác sĩ, luật sư, linh mục, nhà thơ và con người của khoa học

Ha convertido a estos distinguidos trabajadores en sus trabajadores asalariados

Nó đã chuyển đổi những công nhân xuất sắc này thành những người lao động làm công ăn lương được trả lương

La burguesía ha rasgado el velo sentimental de la familia

Giai cấp tư sản đã xé bức màn tình cảm ra khỏi gia đình

y ha reducido la relación familiar a una mera relación monetaria

Và nó đã làm giảm mối quan hệ gia đình thành một mối quan hệ tiền bạc đơn thuần

el brutal despliegue de vigor en la Edad Media que tanto admiran los reaccionarios

sự thể hiện sức sống tàn bạo trong thời Trung cổ mà những kẻ phản động rất ngưỡng mộ

Aun esto encontró su complemento adecuado en la más perezosa indolencia

Ngay cả điều này cũng tìm thấy sự bổ sung phù hợp của nó trong sự lười biếng lười biếng nhất

La burguesía ha revelado cómo sucedió todo esto

Giai cấp tư sản đã tiết lộ làm thế nào tất cả những điều này xảy ra

La burguesía ha sido la primera en mostrar lo que la actividad del hombre puede producir

Giai cấp tư sản là những người đầu tiên cho thấy những gì hoạt động của con người có thể mang lại

Ha logrado maravillas que superan con creces las pirámides egipcias, los acueductos romanos y las catedrales góticas

Nó đã đạt được những điều kỳ diệu vượt xa các kim tự tháp Ai Cập, cống dẫn nước La Mã và nhà thờ Gothic

y ha llevado a cabo expediciones que han hecho sombra a todos los antiguos Éxodos de naciones y cruzadas

và nó đã tiến hành các cuộc thám hiểm đưa vào bóng râm tất cả các cuộc Xuất hành trước đây của các quốc gia và các cuộc thập tự chinh

La burguesía no puede existir sin revolucionar constantemente los instrumentos de producción

Giai cấp tư sản không thể tồn tại mà không liên tục cách mạng hóa các công cụ sản xuất

y, por lo tanto, no puede existir sin sus relaciones con la producción

và do đó nó không thể tồn tại mà không có mối quan hệ của nó với sản xuất

y, por lo tanto, no puede existir sin sus relaciones con la sociedad

Và do đó nó không thể tồn tại mà không có mối quan hệ của nó với xã hội

Todas las clases industriales anteriores tenían una condición en común

Tất cả các tầng lớp công nghiệp trước đó đều có một điểm chung

Confiaban en la conservación de los antiguos modos de producción

Họ dựa vào việc bảo tồn các phương thức sản xuất cũ

pero la burguesía trajo consigo una dinámica completamente nueva

nhưng giai cấp tư sản mang theo một động lực hoàn toàn mới

Revolucionar constantemente la producción y perturbar ininterrumpidamente todas las condiciones sociales

Liên tục cách mạng hóa sản xuất và xáo trộn liên tục của tất cả các điều kiện xã hội

esta eterna incertidumbre y agitación distingue a la época burguesa de todas las anteriores

sự không chắc chắn và kích động vĩnh cửu này phân biệt thời đại tư sản với tất cả các thời đại trước đó

Las relaciones previas con la producción vinieron acompañadas de antiguos y venerables prejuicios y opiniones

Quan hệ trước đây với sản xuất đi kèm với những định kiến và quan điểm cổ xưa và đáng kính

Pero todas estas relaciones fijas y congeladas son barridas

Nhưng tất cả những mối quan hệ cố định, đóng băng nhanh chóng này đều bị cuốn trôi

Todas las relaciones recién formadas se vuelven anticuadas antes de que puedan osificarse

Tất cả các mối quan hệ mới được hình thành trở nên lỗi thời trước khi chúng có thể hóa thạch

Todo lo que es sólido se derrite en el aire, y todo lo que es santo es profanado

Tất cả những gì là rắn tan vào không khí, và tất cả những gì thiêng liêng đều bị xúc phạm

El hombre se ve finalmente obligado a afrontar con sus sentidos sobrios sus verdaderas condiciones de vida

Cuối cùng, con người buộc phải đối mặt với các giác quan tỉnh táo, những điều kiện sống thực sự của mình

y se ve obligado a afrontar sus relaciones con los de su especie

Và anh ta buộc phải đối mặt với mối quan hệ của mình với đồng loại của mình

La burguesía necesita constantemente ampliar sus mercados para sus productos

Giai cấp tư sản không ngừng cần mở rộng thị trường cho các sản phẩm của mình

y, debido a esto, la burguesía es perseguida por toda la superficie del globo

và, vì điều này, giai cấp tư sản bị truy đuổi trên toàn bộ bề mặt địa cầu

La burguesía debe anidar en todas partes, establecerse en todas partes, establecer conexiones en todas partes

Giai cấp tư sản phải nép mình ở khắp mọi nơi, định cư ở khắp mọi nơi, thiết lập kết nối ở mọi nơi

La burguesía debe crear mercados en todos los rincones del mundo para explotar

Giai cấp tư sản phải tạo ra thị trường ở mọi nơi trên thế giới để khai thác

La producción y el consumo en todos los países han adquirido un carácter cosmopolita

Việc sản xuất và tiêu thụ ở mọi quốc gia đã được đưa ra một đặc tính quốc tế

el disgusto de los reaccionarios es palpable, pero ha
continuado a pesar de todo

sự thất vọng của những kẻ phản động là có thể cảm nhận
được, nhưng nó vẫn tiếp tục bất kể

La burguesía ha sacado de debajo de los pies de la industria
el terreno nacional en el que se encontraba

Giai cấp tư sản đã rút ra từ dưới chân ngành công nghiệp nền
tảng quốc gia mà nó đang đứng

Todas las industrias nacionales de vieja data han sido
destruidas, o están siendo destruidas diariamente

Tất cả các ngành công nghiệp quốc gia lâu đời đã bị phá hủy,
hoặc đang bị phá hủy hàng ngày

Todas las viejas industrias nacionales son desplazadas por
las nuevas industrias

Tất cả các ngành công nghiệp quốc gia được thành lập cũ đều
bị đánh bật bởi các ngành công nghiệp mới

Su introducción se convierte en una cuestión de vida o
muerte para todas las naciones civilizadas

Sự giới thiệu của họ trở thành một câu hỏi sinh tử cho tất cả
các quốc gia văn minh

son desalojados por industrias que ya no trabajan con
materia prima autóctona

Họ bị đánh bật bởi các ngành công nghiệp không còn làm việc
với nguyên liệu thô bản địa

En cambio, estas industrias extraen materias primas de las
zonas más remotas

Thay vào đó, các ngành công nghiệp này kéo nguyên liệu thô
từ các vùng xa xôi nhất

industrias cuyos productos se consumen, no solo en el país,
sino en todos los rincones del mundo

Các ngành công nghiệp có sản phẩm được tiêu thụ, không chỉ
ở nhà, mà ở mỗi phần tư trên toàn cầu

En lugar de las viejas necesidades, satisfechas por las
producciones del país, encontramos nuevas necesidades

Thay vì những mong muốn cũ, được thỏa mãn bởi các sản phẩm của đất nước, chúng tôi tìm thấy những mong muốn mới

Estas nuevas necesidades requieren para su satisfacción los productos de tierras y climas lejanos

Những mong muốn mới này đòi hỏi sự hài lòng của họ các sản phẩm của những vùng đất xa xôi và khí hậu

En lugar de la antigua reclusión y autosuficiencia local y nacional, tenemos el comercio

Thay vì sự ẩn dật và tự cung tự cấp của địa phương và quốc gia cũ, chúng ta có thương mại

intercambio internacional en todas las direcciones; Interdependencia universal de las naciones

trao đổi quốc tế theo mọi hướng; sự phụ thuộc lẫn nhau phổ quát của các quốc gia

Y así como dependemos de los materiales, también dependemos de la producción intelectual

Và cũng giống như chúng ta có sự phụ thuộc vào vật chất, vì vậy chúng ta phụ thuộc vào sản xuất trí tuệ

Las creaciones intelectuales de las naciones individuales se convierten en propiedad común

Những sáng tạo trí tuệ của từng quốc gia trở thành tài sản chung

La unilateralidad nacional y la estrechez de miras se vuelven cada vez más imposibles

Sự phiến diện và hẹp hòi của quốc gia ngày càng trở nên bất khả thi

y de las numerosas literaturas nacionales y locales, surge una literatura mundial

Và từ nhiều nền văn học quốc gia và địa phương, đã nảy sinh một nền văn học thế giới

por el rápido perfeccionamiento de todos los instrumentos de producción

bằng cách cải tiến nhanh chóng tất cả các công cụ sản xuất

por los medios de comunicación inmensamente facilitados

bằng các phương tiện truyền thông vô cùng thuận lợi

La burguesía atrae a todos (incluso a las naciones más bárbaras) a la civilización

Giai cấp tư sản lôi kéo tất cả (ngay cả những quốc gia man rợ nhất) vào nền văn minh

Los precios baratos de sus mercancías; la artillería pesada que derriba todas las murallas chinas

Giá rẻ của hàng hóa của nó; pháo hạng nặng đập sập tất cả các bức tường của Trung Quốc

El odio intensamente obstinado de los bárbaros hacia los extranjeros se ve obligado a capitular

Lòng căm thù cố chấp mãnh liệt của những kẻ man rợ đối với người nước ngoài buộc phải đầu hàng

Obliga a todas las naciones, bajo pena de extinción, a adoptar el modo de producción burgués

Nó buộc tất cả các quốc gia, trên bờ vực tuyệt chủng, phải áp dụng phương thức sản xuất tư sản

los obliga a introducir lo que llama civilización en su seno

Nó buộc họ phải giới thiệu cái mà nó gọi là nền văn minh vào giữa họ

La burguesía obliga a los bárbaros a convertirse ellos mismos en burgueses

Giai cấp tư sản buộc những kẻ man rợ trở thành chính giai cấp tư sản

en una palabra, la burguesía crea un mundo a su imagen y semejanza

nói một cách dễ hiểu, giai cấp tư sản tạo ra một thế giới theo hình ảnh của chính nó

La burguesía ha sometido el campo al dominio de las ciudades

Giai cấp tư sản đã đặt nông thôn dưới sự cai trị của các thị trấn

Ha creado enormes ciudades y ha aumentado considerablemente la población urbana

Nó đã tạo ra những thành phố khổng lồ và làm tăng đáng kể dân số đô thị

Rescató a una parte considerable de la población de la idiotez de la vida rural

Nó đã giải cứu một phần đáng kể dân số khỏi sự ngu ngốc của cuộc sống nông thôn

pero ha hecho que los del campo dependan de las ciudades

Nhưng nó đã làm cho những người ở nông thôn phụ thuộc vào các thị trấn

y asimismo, ha hecho que los países bárbaros dependan de los civilizados

Và tương tự như vậy, nó đã làm cho các quốc gia man rợ phụ thuộc vào những nước văn minh

naciones de campesinos sobre naciones de la burguesía, el Este sobre el Oeste

các quốc gia của nông dân trên các quốc gia của giai cấp tư sản, phương Đông trên phương Tây

La burguesía suprime cada vez más el estado disperso de la población

Giai cấp tư sản ngày càng loại bỏ tình trạng phân tán của dân số

Ha aglomerado la producción y ha concentrado la propiedad en pocas manos

Nó có sản xuất kết tụ, và đã tập trung tài sản trong một vài tay

La consecuencia necesaria de esto fue la centralización política

Hậu quả cần thiết của việc này là tập trung hóa chính trị

Había habido naciones independientes y provincias poco conectadas

Đã có các quốc gia độc lập và các tỉnh kết nối lỏng lẻo

Tenían intereses, leyes, gobiernos y sistemas tributarios separados

Họ có lợi ích, luật pháp, chính phủ và hệ thống thuế riêng biệt

pero se han agrupado en una sola nación, con un solo gobierno

Nhưng họ đã trở nên gộp lại với nhau thành một quốc gia, với một chính phủ

Ahora tienen un interés nacional de clase, una frontera y un arancel aduanero

Bây giờ họ có một lợi ích giai cấp quốc gia, một biên giới và một thuế quan hải quan

Y este interés nacional de clase está unificado bajo un solo código de leyes

Và lợi ích giai cấp quốc gia này được thống nhất theo một bộ luật

la burguesía ha logrado mucho durante su gobierno de apenas cien años

giai cấp tư sản đã đạt được nhiều thành tựu trong thời kỳ cai trị khan hiếm một trăm năm

fuerzas productivas más masivas y colosales que todas las generaciones precedentes juntas

lực lượng sản xuất khổng lồ và khổng lồ hơn tất cả các thế hệ trước cộng lại

Las fuerzas de la naturaleza están subyugadas a la voluntad del hombre y su maquinaria

Các lực lượng của thiên nhiên bị khuất phục trước ý chí của con người và bộ máy của anh ta

La química se aplica a todas las formas de industria y tipos de agricultura

Hóa học được áp dụng cho tất cả các hình thức công nghiệp và các loại hình nông nghiệp

la navegación a vapor, los ferrocarriles, los telégrafos eléctricos y la imprenta

điều hướng hơi nước, đường sắt, điện báo và báo in

desbroce de continentes enteros para el cultivo, canalización de ríos

giải phóng mặt bằng toàn bộ lục địa để canh tác, kênh rạch hóa các con sông

Poblaciones enteras han sido sacadas de la tierra y puestas a trabajar

Toàn bộ dân số đã được gợi lên từ mặt đất và đưa vào hoạt động

¿Qué siglo anterior tuvo siquiera un presentimiento de lo que podría desencadenarse?

Thế kỷ trước đó thậm chí còn có một dự cảm về những gì có thể được giải phóng?

¿Quién predijo que tales fuerzas productivas dormitaban en el regazo del trabajo social?

Ai dự đoán rằng lực lượng sản xuất như vậy ngủ quên trong lòng lao động xã hội?

Vemos, pues, que los medios de producción y de intercambio se generaban en la sociedad feudal

Khi đó chúng ta thấy rằng tư liệu sản xuất và trao đổi đã được tạo ra trong xã hội phong kiến

los medios de producción sobre cuyos cimientos se construyó la burguesía

tư liệu sản xuất mà giai cấp tư sản tự xây dựng trên nền tảng

En una determinada etapa del desarrollo de estos medios de producción y de intercambio

Ở một giai đoạn nhất định trong sự phát triển của các phương tiện sản xuất và trao đổi này

las condiciones bajo las cuales la sociedad feudal producía e intercambiaba

các điều kiện theo đó xã hội phong kiến sản xuất và trao đổi

La organización feudal de la agricultura y la industria manufacturera

Tổ chức phong kiến nông nghiệp và công nghiệp chế biến, chế tạo

Las relaciones feudales de propiedad ya no eran compatibles con las condiciones materiales

quan hệ phong kiến về sở hữu không còn tương thích với điều kiện vật chất

Tuvieron que ser reventados en pedazos, por lo que fueron reventados en pedazos

Chúng phải được nổ tung dưới đây, vì vậy chúng bị nổ tung

En su lugar entró la libre competencia de las fuerzas productivas

Vào vị trí của họ bước cạnh tranh tự do từ các lực lượng sản xuất

y fueron acompañadas de una constitución social y política adaptada a ella

Và họ được kèm theo một hiến pháp xã hội và chính trị thích nghi với nó

y fue acompañado por el dominio económico y político de la burguesía

và nó đi kèm với sự thống trị kinh tế và chính trị của giai cấp tư sản

Un movimiento similar está ocurriendo ante nuestros propios ojos

Một phong trào tương tự đang diễn ra trước mắt chúng ta

La sociedad burguesa moderna con sus relaciones de producción, de intercambio y de propiedad

Xã hội tư sản hiện đại với quan hệ sản xuất, trao đổi và sở hữu

una sociedad que ha conjurado medios de producción y de intercambio tan gigantescos

Một xã hội đã gợi lên những phương tiện sản xuất và trao đổi khổng lồ như vậy

Es como el hechicero que invocó los poderes del mundo inferior

Nó giống như thầy phù thủy đã kêu gọi sức mạnh của thế giới Nether

Pero ya no es capaz de controlar lo que ha traído al mundo

Nhưng anh ta không còn có thể kiểm soát những gì anh ta đã mang vào thế giới

Durante muchas décadas, la historia pasada estuvo unida por un hilo conductor

Trong nhiều thập kỷ qua, lịch sử được gắn liền với nhau bởi một sợi chỉ chung

La historia de la industria y del comercio no ha sido más que la historia de las revueltas

Lịch sử của công nghiệp và thương mại đã được nhưng lịch sử của các cuộc nổi dậy

las revueltas de las fuerzas productivas modernas contra las condiciones modernas de producción

các cuộc khởi nghĩa của lực lượng sản xuất hiện đại chống lại điều kiện sản xuất hiện đại

Las revueltas de las fuerzas productivas modernas contra las relaciones de propiedad

các cuộc nổi dậy của lực lượng sản xuất hiện đại chống lại quan hệ sở hữu

estas relaciones de propiedad son las condiciones para la existencia de la burguesía

những quan hệ tài sản này là điều kiện cho sự tồn tại của giai cấp tư sản

y la existencia de la burguesía determina las reglas de las relaciones de propiedad

và sự tồn tại của giai cấp tư sản quyết định các quy tắc cho quan hệ sở hữu

Baste mencionar el retorno periódico de las crisis comerciales

Nó là đủ để đề cập đến sự trở lại định kỳ của các cuộc khủng hoảng thương mại

cada crisis comercial es más amenazante para la sociedad burguesa que la anterior

mỗi cuộc khủng hoảng thương mại đều đe dọa xã hội tư sản nhiều hơn lần trước

En estas crisis se destruye gran parte de los productos existentes

Trong những cuộc khủng hoảng này, một phần lớn các sản phẩm hiện có bị phá hủy

Pero estas crisis también destruyen las fuerzas productivas previamente creadas

Nhưng những cuộc khủng hoảng này cũng phá hủy các lực lượng sản xuất được tạo ra trước đó

En todas las épocas anteriores, estas epidemias habrían parecido un absurdo

Trong tất cả các kỷ nguyên trước đó, những dịch bệnh này dường như là một điều vô lý

porque estas epidemias son las crisis comerciales de la sobreproducción

Bởi vì những dịch bệnh này là cuộc khủng hoảng thương mại của sản xuất dư thừa

De repente, la sociedad se encuentra de nuevo en un estado de barbarie momentánea

Xã hội đột nhiên thấy mình bị đưa trở lại trạng thái man rợ nhất thời

como si una guerra universal de devastación hubiera cortado todos los medios de subsistencia

Như thể một cuộc chiến tranh tàn phá toàn cầu đã cắt đứt mọi phương tiện sinh hoạt

la industria y el comercio parecen haber sido destruidos; ¿Y por qué?

công nghiệp và thương mại dường như đã bị phá hủy; Và tại sao?

Porque hay demasiada civilización y medios de subsistencia

Bởi vì có quá nhiều nền văn minh và phương tiện sinh hoạt

y porque hay demasiada industria y demasiado comercio

và bởi vì có quá nhiều ngành công nghiệp, và quá nhiều thương mại

Las fuerzas productivas a disposición de la sociedad ya no desarrollan la propiedad burguesa

Lực lượng sản xuất theo ý của xã hội không còn phát triển tài sản tư sản

por el contrario, se han vuelto demasiado poderosos para estas condiciones, por las cuales están encadenados

Ngược lại, chúng đã trở nên quá mạnh mẽ đối với những điều kiện này, qua đó chúng bị trói buộc

tan pronto como superan estas cadenas, traen el desorden a toda la sociedad burguesa

ngay khi họ vượt qua những xiềng xích này, họ mang lại sự rối loạn cho toàn bộ xã hội tư sản

y las fuerzas productivas ponen en peligro la existencia de la propiedad burguesa

và lực lượng sản xuất gây nguy hiểm cho sự tồn tại của tài sản tư sản

Las condiciones de la sociedad burguesa son demasiado estrechas para abarcar la riqueza creada por ellas

Các điều kiện của xã hội tư sản quá hẹp để bao gồm sự giàu có do họ tạo ra

¿Y cómo supera la burguesía estas crisis?

Và làm thế nào để giai cấp tư sản vượt qua những cuộc khủng hoảng này?

Por un lado, supera estas crisis mediante la destrucción forzada de una masa de fuerzas productivas

Một mặt, nó vượt qua những cuộc khủng hoảng này bằng cách cưỡng chế phá hủy một khối lượng lực lượng sản xuất

por otro lado, supera estas crisis mediante la conquista de nuevos mercados

Mặt khác, nó vượt qua những cuộc khủng hoảng này bằng cách chinh phục các thị trường mới

y supera estas crisis mediante la explotación más completa de las viejas fuerzas productivas

Và nó vượt qua những khủng hoảng này bằng cách khai thác triệt để hơn các lực lượng sản xuất cũ

Es decir, allanando el camino para crisis más extensas y destructivas

Điều đó có nghĩa là, bằng cách mở đường cho các cuộc khủng hoảng rộng lớn hơn và tàn phá hơn

supera la crisis disminuyendo los medios para prevenir las crisis

Nó vượt qua cuộc khủng hoảng bằng cách giảm bớt các phương tiện nhờ đó các cuộc khủng hoảng được ngăn chặn

Las armas con las que la burguesía derribó el feudalismo se vuelven ahora contra sí misma

Những vũ khí mà giai cấp tư sản đã hạ gục chế độ phong kiến xuống đất giờ đây đã quay lưng lại với chính nó

Pero la burguesía no sólo ha forjado las armas que le dan la muerte

Nhưng giai cấp tư sản không chỉ rèn ra những vũ khí mang lại cái chết cho chính nó

También ha llamado a la existencia a los hombres que han de empuñar esas armas

Nó cũng đã kêu gọi sự tồn tại của những người đàn ông sẽ sử dụng những vũ khí đó

Y estos hombres son la clase obrera moderna; Son los proletarios

và những người này là giai cấp công nhân hiện đại; Họ là những người vô sản

En la misma proporción en que se desarrolla la burguesía, en la misma proporción se desarrolla el proletariado

Tỷ lệ khi giai cấp tư sản phát triển, trong cùng một tỷ lệ là giai cấp vô sản phát triển

La clase obrera moderna desarrolló una clase de trabajadores

Giai cấp công nhân hiện đại đã phát triển một giai cấp lao động

Esta clase de obreros vive sólo mientras encuentran trabajo

Tầng lớp lao động này chỉ sống miễn là họ tìm được việc làm

y sólo encuentran trabajo mientras su trabajo aumenta el capital

Và họ chỉ tìm được việc làm miễn là lao động của họ tăng vốn

Estos obreros, que deben venderse a destajo, son una mercancía

Những người lao động này, những người phải bán cho mình từng mảnh, là một mặt hàng

Estos obreros son como cualquier otro artículo de comercio

Những người lao động này giống như mọi mặt hàng thương mại khác

y, en consecuencia, están expuestos a todas las vicisitudes de la competencia

và do đó họ phải đối mặt với tất cả những thăng trầm của cạnh tranh

Tienen que capear todas las fluctuaciones del mercado

Họ phải vượt qua mọi biến động của thị trường

Debido al uso extensivo de maquinaria y a la división del trabajo

Do việc sử dụng rộng rãi máy móc và phân công lao động

El trabajo de los proletarios ha perdido todo carácter individual

Công việc của những người vô sản đã mất hết tính cách cá nhân

y, en consecuencia, el trabajo de los proletarios ha perdido todo encanto para el obrero

Và hậu quả là, công việc của những người vô sản đã mất hết sức quyến rũ đối với người lao động

Se convierte en un apéndice de la máquina, en lugar del hombre que una vez fue

Anh ta trở thành một phần phụ của cỗ máy, chứ không phải là người đàn ông anh ta từng là

Sólo se requiere de él la habilidad más simple, monótona y más fácil de adquirir

Chỉ cần có sở trường đơn giản, đơn điệu và dễ dàng nhất của anh ta

Por lo tanto, el costo de producción de un trabajador está restringido

Do đó, chi phí sản xuất của một công nhân bị hạn chế

se restringe casi por completo a los medios de subsistencia que necesita para su manutención

Nó bị giới hạn gần như hoàn toàn đối với các phương tiện sinh hoạt mà anh ta yêu cầu để bảo trì

y se restringe a los medios de subsistencia que necesita para la propagación de su raza

và nó bị giới hạn trong các phương tiện sinh hoạt mà anh ta yêu cầu để truyền bá chủng tộc của mình

Pero el precio de una mercancía, y por lo tanto también del trabajo, es igual a su costo de producción

Nhưng giá của một hàng hóa, và do đó cũng là lao động, bằng với chi phí sản xuất của nó

Por lo tanto, a medida que aumenta la repulsividad del trabajo, disminuye el salario

Do đó, theo tỷ lệ, khi sự ghê tởm của công việc tăng lên, tiền lương giảm

Es más, la repulsión de su obra aumenta a un ritmo aún mayor

Không, sự ghê tởm trong công việc của anh ta tăng lên với tốc độ thậm chí còn lớn hơn

A medida que aumenta el uso de maquinaria y la división del trabajo, también lo hace la carga del trabajo

Khi việc sử dụng máy móc và phân công lao động tăng lên, gánh nặng lao động cũng tăng lên

La carga del trabajo se incrementa con la prolongación de las horas de trabajo

gánh nặng của công việc vất vả được tăng lên bằng cách kéo dài thời gian làm việc

Se espera más del obrero en el mismo tiempo que antes

Người lao động được mong đợi nhiều hơn trong cùng thời gian như trước đây

Y, por supuesto, la carga del trabajo aumenta por la velocidad de la maquinaria

Và tất nhiên gánh nặng của công việc vất vả được tăng lên bởi tốc độ của máy móc

La industria moderna ha convertido el pequeño taller del amo patriarcal en la gran fábrica del capitalista industrial

Công nghiệp hiện đại đã biến xưởng nhỏ của ông chủ gia trưởng thành nhà máy lớn của nhà tư bản công nghiệp

Las masas de obreros, hacinados en la fábrica, están organizadas como soldados

Quần chúng lao động, chen chúc vào nhà máy, được tổ chức như những người lính

Como soldados rasos del ejército industrial están bajo el mando de una jerarquía perfecta de oficiales y sargentos

Là binh nhì của quân đội công nghiệp, họ được đặt dưới sự chỉ huy của một hệ thống phân cấp hoàn hảo của các sĩ quan và trung sĩ

no sólo son esclavos de la burguesía y del Estado

họ không chỉ là nô lệ của giai cấp tư sản và Nhà nước

pero también son esclavizados diariamente y cada hora por la máquina

Nhưng họ cũng bị máy móc nô lệ hàng ngày và hàng giờ

están esclavizados por el vigilante y, sobre todo, por el propio fabricante burgués

họ bị nô lệ bởi những người nhìn quá mức, và trên hết, bởi chính nhà sản xuất tư sản cá nhân

Cuanto más abiertamente proclama este despotismo que la ganancia es su fin y su fin, tanto más mezquino, más odioso y más amargo es

Chế độ chuyên chế này càng công khai tuyên bố lợi ích là mục đích và mục đích của nó, thì càng nhỏ mọn, càng thù hận và càng cay đắng

Cuanto más se desarrolla la industria moderna, menores son las diferencias entre los sexos

Ngành công nghiệp càng phát triển, sự khác biệt giữa hai giới càng ít

Cuanto menor es la habilidad y el ejercicio de la fuerza implícitos en el trabajo manual, tanto más el trabajo de los hombres es reemplazado por el de las mujeres

Kỹ năng và nỗ lực sức mạnh được ngụ ý trong lao động chân tay càng ít, thì lao động của nam giới càng bị thay thế bởi lao động của phụ nữ

Las diferencias de edad y sexo ya no tienen ninguna validez social distintiva para la clase obrera

Sự khác biệt về tuổi tác và giới tính không còn có bất kỳ giá trị xã hội đặc biệt nào đối với tầng lớp lao động

Todos son instrumentos de trabajo, más o menos costosos de usar, según su edad y sexo

Tất cả đều là công cụ lao động, ít nhiều tốn kém để sử dụng, theo độ tuổi và giới tính của họ

tan pronto como el obrero recibe su salario en efectivo, es atacado por las otras partes de la burguesía

ngay khi người lao động nhận được tiền lương của mình bằng tiền mặt, hơn là anh ta được đặt ra bởi các bộ phận khác của giai cấp tư sản

el propietario, el tendero, el prestamista, etc

chủ nhà, chủ cửa hàng, người cầm đồ, v.v

Los estratos más bajos de la clase media; los pequeños comerciantes y tenderos

Các tầng lớp thấp hơn của tầng lớp trung lưu; những người buôn bán nhỏ và chủ cửa hàng

los comerciantes jubilados en general, y los artesanos y campesinos

các thương nhân đã nghỉ hưu nói chung, và các thợ thủ công và nông dân

todo esto se hunde poco a poco en el proletariado

tất cả những điều này chìm dần vào giai cấp vô sản

en parte porque su minúsculo capital no basta para la escala en que se desarrolla la industria moderna

một phần vì vốn nhỏ bé của họ không đủ cho quy mô mà ngành công nghiệp hiện đại được thực hiện

y porque está inundada en la competencia con los grandes capitalistas

và bởi vì nó bị ngập trong cuộc cạnh tranh với các nhà tư bản lớn

en parte porque sus habilidades especializadas se vuelven inútiles por los nuevos métodos de producción

Một phần vì kỹ năng chuyên môn của họ trở nên vô giá trị bởi các phương pháp sản xuất mới

De este modo, el proletariado es reclutado entre todas las clases de la población

Do đó, giai cấp vô sản được tuyển chọn từ tất cả các tầng lớp dân cư

El proletariado pasa por varias etapas de desarrollo

Giai cấp vô sản trải qua các giai đoạn phát triển khác nhau

Con su nacimiento comienza su lucha con la burguesía

Với sự ra đời của nó bắt đầu cuộc đấu tranh với giai cấp tư sản

Al principio, la contienda es llevada a cabo por trabajadores individuales

Lúc đầu, cuộc thi được thực hiện bởi từng người lao động

Entonces el concurso es llevado a cabo por los obreros de una fábrica

Sau đó, cuộc thi được thực hiện bởi các công nhân của một nhà máy

Entonces la contienda es llevada a cabo por los operarios de un oficio, en una localidad

Sau đó, cuộc thi được thực hiện bởi các hợp tác xã của một ngành nghề, ở một địa phương

y la contienda es entonces contra la burguesía individual que los explota directamente

và cuộc thi sau đó chống lại giai cấp tư sản cá nhân trực tiếp bóc lột họ

No dirigen sus ataques contra las condiciones de producción de la burguesía

Họ chỉ đạo các cuộc tấn công của họ không chống lại các điều kiện sản xuất của giai cấp tư sản

pero dirigen su ataque contra los propios instrumentos de producción

Nhưng họ chỉ đạo cuộc tấn công của họ chống lại chính các công cụ sản xuất

destruyen mercancías importadas que compiten con su mano de obra

Họ phá hủy các sản phẩm nhập khẩu cạnh tranh với lao động của họ

Hacen pedazos la maquinaria y prenden fuego a las fábricas

Họ đập vỡ máy móc thành từng mảnh và họ đốt cháy các nhà máy

tratan de restaurar por la fuerza el estado desaparecido del obrero de la Edad Media

họ tìm cách khôi phục bằng vũ lực tình trạng đã biến mất của người lao động thời Trung cổ

En esta etapa, los obreros forman todavía una masa incoherente dispersa por todo el país

Ở giai đoạn này, những người lao động vẫn tạo thành một khối không mạch lạc nằm rải rác trên cả nước

y se rompen por su mutua competencia

và họ bị phá vỡ bởi sự cạnh tranh lẫn nhau của họ

Si en alguna parte se unen para formar cuerpos más compactos, esto no es todavía la consecuencia de su propia unión activa

Nếu bất cứ nơi nào họ hợp nhất để tạo thành các cơ quan nhỏ gọn hơn, đây vẫn chưa phải là kết quả của sự kết hợp tích cực của chính họ

pero es una consecuencia de la unión de la burguesía, para alcanzar sus propios fines políticos

nhưng đó là hậu quả của sự liên minh của giai cấp tư sản, để đạt được mục đích chính trị của riêng mình

la burguesía se ve obligada a poner en movimiento a todo el proletariado

giai cấp tư sản buộc phải vận động toàn bộ giai cấp vô sản

y además, por un momento, la burguesía es capaz de hacerlo

và hơn nữa, trong một thời gian, giai cấp tư sản có thể làm như vậy

Por lo tanto, en esta etapa, los proletarios no luchan contra sus enemigos

Do đó, ở giai đoạn này, những người vô sản không chiến đấu với kẻ thù của họ

sino que están luchando contra los enemigos de sus enemigos

Nhưng thay vào đó, họ đang chiến đấu với kẻ thù của kẻ thù của họ

la lucha contra los restos de la monarquía absoluta y los terratenientes

Cuộc chiến tàn dư của chế độ quân chủ tuyệt đối và địa chủ;

luchan contra la burguesía no industrial; la pequeña burguesía

họ chống lại giai cấp tư sản phi công nghiệp; giai cấp tư sản nhỏ

De este modo, todo el movimiento histórico se concentra en manos de la burguesía

Do đó, toàn bộ phong trào lịch sử tập trung trong tay giai cấp tư sản

cada victoria así obtenida es una victoria para la burguesía

mỗi thắng lợi có được là một chiến thắng cho giai cấp tư sản

Pero con el desarrollo de la industria, el proletariado no sólo aumenta en número

Nhưng với sự phát triển của công nghiệp, giai cấp vô sản không chỉ tăng về số lượng

el proletariado se concentra en grandes masas y su fuerza crece

giai cấp vô sản trở nên tập trung trong quần chúng lớn hơn và sức mạnh của nó tăng lên

y el proletariado siente cada vez más esa fuerza

và giai cấp vô sản ngày càng cảm thấy sức mạnh đó

Los diversos intereses y condiciones de vida en las filas del proletariado se igualan cada vez más

Những lợi ích và điều kiện sống khác nhau trong hàng ngũ của giai cấp vô sản ngày càng bình đẳng hơn

se vuelven más proporcionales a medida que la maquinaria borra todas las distinciones de trabajo

Chúng trở nên cân đối hơn khi máy móc xóa bỏ mọi sự phân biệt lao động

y la maquinaria reduce los salarios al mismo nivel bajo en casi todas partes

Và máy móc gần như ở khắp mọi nơi đều giảm lương xuống mức thấp như nhau

La creciente competencia entre la burguesía, y las crisis comerciales resultantes, hacen que los salarios de los obreros sean cada vez más fluctuantes

Sự cạnh tranh ngày càng tăng giữa giai cấp tư sản, và kết quả là các cuộc khủng hoảng thương mại, làm cho tiền lương của công nhân ngày càng biến động

La mejora incesante de la maquinaria, que se desarrolla cada vez más rápidamente, hace que sus medios de vida sean cada vez más precarios

Sự cải tiến không ngừng của máy móc, ngày càng phát triển nhanh chóng, khiến sinh kế của họ ngày càng bấp bênh

los choques entre obreros individuales y burgueses individuales toman cada vez más el carácter de choques entre dos clases

sự va chạm giữa cá nhân công nhân và cá nhân giai cấp tư sản ngày càng có tính chất va chạm giữa hai giai cấp

A partir de ese momento, los obreros comienzan a formar uniones (sindicatos) contra la burguesía

Sau đó, công nhân bắt đầu hình thành các tổ hợp (Công đoàn) chống lại giai cấp tư sản

se agrupan para mantener el ritmo de los salarios

Họ câu lạc bộ với nhau để theo kịp tỷ lệ tiền lương

Fundaron asociaciones permanentes para hacer frente de antemano a estas revueltas ocasionales

Họ tìm thấy các hiệp hội thường trực để cung cấp trước cho những cuộc nổi dậy không thường xuyên này

Aquí y allá la contienda estalla en disturbios

Ở đây và ở đó, cuộc thi nổ ra thành bạo loạn

De vez en cuando los obreros salen victoriosos, pero sólo por un tiempo

Bây giờ và sau đó các công nhân chiến thắng, nhưng chỉ trong một thời gian

El verdadero fruto de sus batallas no reside en el resultado inmediato, sino en la unión cada vez mayor de los trabajadores

Thành quả thực sự của các trận chiến của họ không nằm ở kết quả trước mắt, mà nằm ở công đoàn ngày càng mở rộng của công nhân

Esta unión se ve favorecida por la mejora de los medios de comunicación creados por la industria moderna

Liên minh này được giúp đỡ bởi các phương tiện truyền thông được cải thiện được tạo ra bởi ngành công nghiệp hiện đại

La comunicación moderna pone en contacto a los trabajadores de diferentes localidades

Truyền thông hiện đại đặt công nhân của các địa phương khác nhau tiếp xúc với nhau

Era precisamente este contacto el que se necesitaba para centralizar las numerosas luchas locales en una lucha nacional entre clases

Chính sự tiếp xúc này là cần thiết để tập trung vô số cuộc đấu tranh địa phương thành một cuộc đấu tranh dân tộc giữa các giai cấp

Todas estas luchas tienen el mismo carácter, y toda lucha de clases es una lucha política

Tất cả những cuộc đấu tranh này đều có cùng một đặc điểm, và mọi cuộc đấu tranh giai cấp đều là một cuộc đấu tranh chính trị

los burgueses de la Edad Media, con sus miserables carreteras, necesitaron siglos para formar sus uniones

những người chăn nuôi thời Trung cổ, với những con đường cao tốc khốn khổ của họ, đòi hỏi nhiều thế kỷ để thành lập công đoàn của họ

Los proletarios modernos, gracias a los ferrocarriles, logran sus sindicatos en pocos años

Những người vô sản hiện đại, nhờ đường sắt, đạt được công đoàn của họ trong vòng một vài năm

Esta organización de los proletarios en una clase los formó, por consiguiente, en un partido político

Tổ chức này của những người vô sản thành một giai cấp do đó hình thành họ thành một đảng chính trị

La clase política se ve continuamente molesta por la competencia entre los propios trabajadores

Tầng lớp chính trị liên tục bị đảo lộn một lần nữa bởi sự cạnh tranh giữa chính công nhân

Pero la clase política sigue levantándose de nuevo, más fuerte, más firme, más poderosa

Nhưng giai cấp chính trị tiếp tục trỗi dậy một lần nữa, mạnh mẽ hơn, vững chắc hơn, mạnh mẽ hơn

Obliga al reconocimiento legislativo de los intereses particulares de los trabajadores

Nó buộc phải công nhận lập pháp về lợi ích cụ thể của người lao động lo hace aprovechándose de las divisiones en el seno de la propia burguesía

nó làm điều này bằng cách lợi dụng sự chia rẽ giữa chính giai cấp tư sản

De este modo, el proyecto de ley de las diez horas en Inglaterra se convirtió en ley

Do đó, dự luật mười giờ ở Anh đã được đưa vào luật

en muchos sentidos, las colisiones entre las clases de la vieja sociedad son, además, el curso del desarrollo del proletariado

theo nhiều cách, sự va chạm giữa các giai cấp của xã hội cũ hơn nữa là quá trình phát triển của giai cấp vô sản

La burguesía se ve envuelta en una batalla constante

Giai cấp tư sản thấy mình tham gia vào một trận chiến liên tục

Al principio se verá envuelto en una batalla constante con la aristocracia

Lúc đầu, nó sẽ thấy mình tham gia vào một trận chiến liên tục với tầng lớp quý tộc

más tarde se verá envuelta en una batalla constante con esas partes de la propia burguesía

sau này nó sẽ thấy mình tham gia vào một trận chiến liên tục với những phần đó của chính giai cấp tư sản

y sus intereses se habrán vuelto antagónicos al progreso de la industria

và lợi ích của họ sẽ trở nên đối nghịch với sự tiến bộ của ngành công nghiệp

en todo momento, sus intereses se habrán vuelto antagónicos con la burguesía de los países extranjeros

lúc nào cũng vậy, lợi ích của họ sẽ trở nên đối nghịch với giai cấp tư sản nước ngoài

En todas estas batallas se ve obligado a apelar al proletariado y pide su ayuda

Trong tất cả những trận chiến này, nó thấy mình buộc phải kêu gọi giai cấp vô sản, và yêu cầu sự giúp đỡ của nó

y, por lo tanto, se sentirá obligado a arrastrarlo a la arena política

Và do đó, nó sẽ cảm thấy bắt buộc phải kéo nó vào vũ đài chính trị

La burguesía misma, por lo tanto, suministra al proletariado sus propios instrumentos de educación política y general

Do đó, chính giai cấp tư sản cung cấp cho giai cấp vô sản những công cụ giáo dục chính trị và phổ thông của riêng mình

en otras palabras, suministra al proletariado armas para luchar contra la burguesía

nói cách khác, nó cung cấp cho giai cấp vô sản vũ khí để chống lại giai cấp tư sản

Además, como ya hemos visto, sectores enteros de las clases dominantes se precipitan en el proletariado

Hơn nữa, như chúng ta đã thấy, toàn bộ các bộ phận của giai cấp thống trị bị kết tủa vào giai cấp vô sản

el avance de la industria los absorbe en el proletariado

sự tiến bộ của công nghiệp hút họ vào giai cấp vô sản

o, al menos, están amenazados en sus condiciones de existencia

Hoặc, ít nhất, họ bị đe dọa trong điều kiện tồn tại của họ

Estos también suministran al proletariado nuevos elementos de ilustración y progreso

Những điều này cũng cung cấp cho giai cấp vô sản những yếu tố mới mẻ của sự giác ngộ và tiến bộ

Finalmente, en momentos en que la lucha de clases se acerca a la hora decisiva

Cuối cùng, trong những lúc cuộc đấu tranh giai cấp gần đến giờ quyết định

el proceso de disolución que se está llevando a cabo en el seno de la clase dominante

Quá trình giải thể đang diễn ra trong giai cấp thống trị

De hecho, la disolución que se está produciendo en el seno de la clase dominante se sentirá en toda la sociedad

Trên thực tế, sự tan rã đang diễn ra trong giai cấp thống trị sẽ được cảm nhận trong toàn bộ phạm vi xã hội

Tomará un carácter tan violento y deslumbrante, que un pequeño sector de la clase dominante se quedará a la deriva

Nó sẽ mang một tính cách bạo lực, rõ ràng đến nỗi một bộ phận nhỏ của giai cấp thống trị tự cắt đứt

y esa clase dominante se unirá a la clase revolucionaria

và giai cấp thống trị đó sẽ gia nhập giai cấp cách mạng

La clase revolucionaria es la clase que tiene el futuro en sus manos

giai cấp cách mạng là giai cấp nắm giữ tương lai trong tay

Al igual que en un período anterior, una parte de la nobleza se pasó a la burguesía

Cũng giống như thời kỳ trước, một bộ phận quý tộc đã chuyển sang giai cấp tư sản

de la misma manera que una parte de la burguesía se pasará al proletariado

giống như cách một bộ phận của giai cấp tư sản sẽ chuyển sang giai cấp vô sản

en particular, una parte de la burguesía pasará a una parte de los ideólogos de la burguesía

đặc biệt, một bộ phận giai cấp tư sản sẽ chuyển sang một bộ phận các nhà tư tưởng tư sản

Ideólogos burgueses que se han elevado al nivel de comprender teóricamente el movimiento histórico en su conjunto

Các nhà tư tưởng tư sản đã tự nâng mình lên mức độ hiểu biết về mặt lý thuyết toàn bộ phong trào lịch sử

De todas las clases que hoy se encuentran frente a frente con la burguesía, sólo el proletariado es una clase realmente revolucionaria

Trong tất cả các giai cấp đứng đối mặt với giai cấp tư sản ngày nay, chỉ có giai cấp vô sản mới là giai cấp cách mạng thực sự

Las otras clases decaen y finalmente desaparecen frente a la industria moderna

Các giai cấp khác phân rã và cuối cùng biến mất khi đối mặt với Công nghiệp hiện đại

el proletariado es su producto especial y esencial

giai cấp vô sản là sản phẩm đặc biệt và thiết yếu của nó

La clase media baja, el pequeño fabricante, el tendero, el artesano, el campesino

Tầng lớp trung lưu thấp hơn, nhà sản xuất nhỏ, chủ cửa hàng, nghệ nhân, nông dân

todos ellos luchan contra la burguesía

tất cả những cuộc chiến chống lại giai cấp tư sản

Luchan como fracciones de la clase media para salvarse de la extinción

Họ chiến đấu như những phần nhỏ của tầng lớp trung lưu để tự cứu mình khỏi sự tuyệt chủng

Por lo tanto, no son revolucionarios, sino conservadores

Do đó, họ không phải là nhà cách mạng, mà là bảo thủ

Más aún, son reaccionarios, porque tratan de hacer retroceder la rueda de la historia

Hơn nữa, họ là những kẻ phản động, vì họ cố gắng quay ngược bánh xe lịch sử

Si por casualidad son revolucionarios, lo son sólo en vista de su inminente transferencia al proletariado

Nếu tình cờ họ là nhà cách mạng, họ chỉ vì vậy khi họ sắp chuyển sang giai cấp vô sản

Por lo tanto, no defienden sus intereses presentes, sino sus intereses futuros

Do đó, họ không bảo vệ hiện tại của họ, mà là lợi ích tương lai của họ

abandonan su propio punto de vista para situarse en el del proletariado

họ từ bỏ quan điểm riêng của mình để đặt mình vào quan điểm của giai cấp vô sản

La "clase peligrosa", la escoria social, esa masa pasivamente putrefacta arrojada por las capas más bajas de la vieja sociedad

"Giai cấp nguy hiểm", cặn bã xã hội, khối lượng thối rữa thụ động bị vứt bỏ bởi các tầng lớp thấp nhất của xã hội cũ

pueden, aquí y allá, ser arrastrados al movimiento por una revolución proletaria

Họ có thể, ở đây và ở đó, bị cuốn vào phong trào bởi một cuộc cách mạng vô sản

Sus condiciones de vida, sin embargo, la preparan mucho más para el papel de un instrumento sobornado de la intriga reaccionaria

Tuy nhiên, điều kiện sống của nó chuẩn bị cho nó nhiều hơn cho một phần của một công cụ mua chuộc của âm mưu phản động

En las condiciones del proletariado, los de la vieja sociedad en general están ya virtualmente desbordados

Trong điều kiện của giai cấp vô sản, những người của xã hội cũ nói chung đã hầu như bị ngập lụt

El proletario carece de propiedad

Vô sản không có tài sản

su relación con su mujer y sus hijos ya no tiene nada en común con las relaciones familiares de la burguesía

mối quan hệ của ông với vợ con không còn điểm chung với quan hệ gia đình của giai cấp tư sản

el trabajo industrial moderno, el sometimiento moderno al capital, lo mismo en Inglaterra que en Francia, en Estados Unidos como en Alemania

lao động công nghiệp hiện đại, sự lệ thuộc hiện đại vào tư bản, giống nhau ở Anh như ở Pháp, ở Mỹ cũng như ở Đức

Su condición en la sociedad lo ha despojado de todo rastro de carácter nacional

Tình trạng của anh ta trong xã hội đã tước đi mọi dấu vết của nhân cách dân tộc

El derecho, la moral, la religión, son para él otros tantos prejuicios burgueses

Luật pháp, đạo đức, tôn giáo, đối với anh ta rất nhiều định kiến tư sản

y detrás de estos prejuicios acechan emboscados otros tantos intereses burgueses

và đằng sau những định kiến này ẩn nấp trong mai phục cũng như nhiều lợi ích tư sản

Todas las clases precedentes que se impusieron trataron de fortalecer su estatus ya adquirido

Tất cả các tầng lớp trước đó chiếm thế thượng phong, đều tìm cách củng cố vị thế đã có được của họ

Lo hicieron sometiendo a la sociedad en general a sus condiciones de apropiación

Họ đã làm điều này bằng cách đặt xã hội nói chung vào các điều kiện chiếm đoạt của họ

Los proletarios no pueden llegar a ser dueños de las fuerzas productivas de la sociedad

Những người vô sản không thể làm chủ lực lượng sản xuất của xã hội

sólo puede hacerlo aboliendo su propio modo anterior de apropiación

Nó chỉ có thể làm điều này bằng cách bãi bỏ phương thức chiếm đoạt trước đây của chính họ

y, por lo tanto, también suprime cualquier otro modo anterior de apropiación

và do đó nó cũng bãi bỏ mọi phương thức chiếm đoạt khác trước đây

No tienen nada propio que asegurar y fortificar

Họ không có gì của riêng họ để bảo đảm và củng cố

Su misión es destruir todos los valores y seguros anteriores de la propiedad individual

Nhiệm vụ của họ là phá hủy tất cả các chứng khoán trước đây và bảo hiểm tài sản cá nhân

Todos los movimientos históricos anteriores fueron movimientos de minorías

Tất cả các phong trào lịch sử trước đây là phong trào của các dân tộc thiểu số

o eran movimientos en interés de las minorías

hoặc chúng là những phong trào vì lợi ích của các nhóm thiểu số

El movimiento proletario es el movimiento consciente e independiente de la inmensa mayoría

Phong trào vô sản là phong trào tự giác, độc lập của đại đa số

Y es un movimiento en interés de la inmensa mayoría

và đó là một phong trào vì lợi ích của đại đa số

El proletariado, el estrato más bajo de nuestra sociedad actual

Giai cấp vô sản, tầng lớp thấp nhất của xã hội chúng ta hiện nay

no puede agitarse ni elevarse sin que todos los estratos superiores de la sociedad oficial salgan al aire

Nó không thể khuấy động hoặc tự nâng mình lên mà không có toàn bộ tầng lớp giám đốc đương nhiệm của xã hội chính thức được tung lên không trung

Aunque no en el fondo, sí en la forma, la lucha del proletariado con la burguesía es, al principio, una lucha nacional

Mặc dù không phải về bản chất, nhưng về hình thức, cuộc đấu tranh của giai cấp vô sản với giai cấp tư sản trước hết là cuộc đấu tranh dân tộc

El proletariado de cada país debe, por supuesto, en primer lugar arreglar las cosas con su propia burguesía

Giai cấp vô sản của mỗi nước, tất nhiên, trước hết phải giải quyết vấn đề với giai cấp tư sản của chính mình

Al describir las fases más generales del desarrollo del proletariado, hemos trazado la guerra civil más o menos velada

Khi mô tả các giai đoạn chung nhất của sự phát triển của giai cấp vô sản, chúng tôi đã truy tìm cuộc nội chiến ít nhiều được che đậy

Este civil está haciendo estragos dentro de la sociedad existente

Dân sự này đang hoành hành trong xã hội hiện tại

Se enfurecerá hasta el punto en que esa guerra estalle en una revolución abierta

Nó sẽ hoành hành đến mức chiến tranh nổ ra thành cuộc cách mạng mở

y luego el derrocamiento violento de la burguesía sienta las bases para el dominio del proletariado

và sau đó là sự lật đổ bạo lực của giai cấp tư sản đặt nền tảng cho sự thống trị của giai cấp vô sản

Hasta ahora, todas las formas de sociedad se han basado, como ya hemos visto, en el antagonismo de las clases opresoras y oprimidas

Cho đến nay, mọi hình thức xã hội đều dựa trên, như chúng ta đã thấy, dựa trên sự đối kháng của các giai cấp áp bức và áp bức

Pero para oprimir a una clase, hay que asegurarle ciertas condiciones

Nhưng để áp bức một giai cấp, một số điều kiện nhất định phải được đảm bảo cho nó

La clase debe ser mantenida en condiciones en las que pueda, por lo menos, continuar su existencia servil

Giai cấp phải được giữ trong những điều kiện mà ít nhất nó có thể tiếp tục sự tồn tại nô lệ của nó

El siervo, en el período de la servidumbre, se elevaba a la comuna

Nông nô, trong thời kỳ nông nô, đã tự nâng mình lên thành viên trong xã

del mismo modo que la pequeña burguesía, bajo el yugo del absolutismo feudal, logró convertirse en burguesía

giống như giai cấp tiểu tư sản, dưới ách thống trị của chế độ chuyên chế phong kiến, đã tìm cách phát triển thành giai cấp tư sản

El obrero moderno, por el contrario, en lugar de elevarse con el progreso de la industria, se hunde cada vez más

Ngược lại, người lao động hiện đại, thay vì vươn lên cùng với sự tiến bộ của công nghiệp, lại ngày càng lún sâu hơn

se hunde por debajo de las condiciones de existencia de su propia clase

Anh ta chìm xuống dưới các điều kiện tồn tại của giai cấp của chính mình

Se convierte en un indigente, y el pauperismo se desarrolla más rápidamente que la población y la riqueza

Anh ta trở thành một người nghèo khổ, và chủ nghĩa nghèo đói phát triển nhanh hơn dân số và sự giàu có

Y aquí se hace evidente que la burguesía ya no es apta para ser la clase dominante de la sociedad

Và ở đây, rõ ràng là giai cấp tư sản không còn phù hợp để trở thành giai cấp thống trị trong xã hội

y no es apta para imponer sus condiciones de existencia a la sociedad como una ley imperativa

Và thật không thích hợp để áp đặt các điều kiện tồn tại của nó lên xã hội như một quy luật quan trọng hơn

Es incapaz de gobernar porque es incapaz de asegurar una existencia a su esclavo dentro de su esclavitud

Nó không thích hợp để cai trị bởi vì nó không đủ năng lực để đảm bảo sự tồn tại cho nô lệ của nó trong chế độ nô lệ của mình

porque no puede evitar dejarlo hundirse en tal estado, que tiene que alimentarlo, en lugar de ser alimentado por él

Bởi vì nó không thể không để anh ta chìm vào trạng thái như vậy, rằng nó phải nuôi anh ta, thay vì được anh ta cho ăn

La sociedad ya no puede vivir bajo esta burguesía

Xã hội không còn có thể sống dưới giai cấp tư sản này

En otras palabras, su existencia ya no es compatible con la sociedad

Nói cách khác, sự tồn tại của nó không còn tương thích với xã hội

La condición esencial para la existencia y el dominio de la burguesía es la formación y el aumento del capital

Điều kiện thiết yếu cho sự tồn tại, và cho sự thống trị của giai cấp tư sản, là sự hình thành và tăng cường tư bản

La condición del capital es el trabajo asalariado

Điều kiện để có vốn là tiền lương-lao động

El trabajo asalariado se basa exclusivamente en la competencia entre los trabajadores

Tiền lương-lao động hoàn toàn dựa trên sự cạnh tranh giữa những người lao động

El avance de la industria, cuyo promotor involuntario es la burguesía, sustituye al aislamiento de los obreros

Sự tiến bộ của công nghiệp, mà người thúc đẩy không tự nguyện là giai cấp tư sản, thay thế sự cô lập của người lao động

por la competencia, por su combinación revolucionaria, por la asociación

do cạnh tranh, do sự kết hợp cách mạng của họ, do liên kết

El desarrollo de la industria moderna corta bajo sus pies los cimientos mismos sobre los cuales la burguesía produce y se apropia de los productos

Sự phát triển của Công nghiệp hiện đại cắt từ dưới chân nó chính nền tảng mà giai cấp tư sản sản xuất và chiếm đoạt sản phẩm

Lo que la burguesía produce, sobre todo, son sus propios sepultureros

Những gì giai cấp tư sản sản xuất, trên hết, là những người đào mộ của chính nó

La caída de la burguesía y la victoria del proletariado son igualmente inevitables

Sự sụp đổ của giai cấp tư sản và thắng lợi của giai cấp vô sản là không thể tránh khỏi

Proletarios y comunistas
Vô sản và Cộng sản

¿Qué relación tienen los comunistas con el conjunto de los proletarios?

Những người cộng sản có quan hệ gì với toàn thể những người vô sản?

Los comunistas no forman un partido separado opuesto a otros partidos de la clase obrera

Những người cộng sản không thành lập một đảng riêng biệt đối lập với các đảng của giai cấp công nhân khác

No tienen intereses separados y aparte de los del proletariado en su conjunto

Họ không có lợi ích riêng biệt và tách biệt với lợi ích của giai cấp vô sản nói chung

No establecen ningún principio sectario propio, con el cual dar forma y moldear el movimiento proletario

Họ không thiết lập bất kỳ nguyên tắc bè phái nào của riêng họ, qua đó định hình và uốn nắn phong trào vô sản

Los comunistas se distinguen de los demás partidos obreros sólo por dos cosas

Những người cộng sản được phân biệt với các đảng khác của giai cấp công nhân chỉ bởi hai điều;

En primer lugar, señalan y ponen en primer plano los intereses comunes de todo el proletariado, independientemente de toda nacionalidad

Thứ nhất, họ chỉ ra và đưa ra mặt trận lợi ích chung của toàn bộ giai cấp vô sản, độc lập với mọi dân tộc

Esto lo hacen en las luchas nacionales de los proletarios de los diferentes países

Điều này họ làm trong các cuộc đấu tranh dân tộc của những người vô sản ở các quốc gia khác nhau

En segundo lugar, siempre y en todas partes representan los intereses del movimiento en su conjunto

Thứ hai, họ luôn luôn và ở khắp mọi nơi đại diện cho lợi ích của toàn bộ phong trào

esto lo hacen en las diversas etapas de desarrollo por las que tiene que pasar la lucha de la clase obrera contra la burguesía

điều này họ làm trong các giai đoạn phát triển khác nhau, mà cuộc đấu tranh của giai cấp công nhân chống lại giai cấp tư sản phải trải qua

Los comunistas son, por lo tanto, por una parte, prácticamente, el sector más avanzado y resuelto de los partidos obreros de todos los países

Do đó, trên thực tế, những người cộng sản là bộ phận tiên tiến và kiên quyết nhất trong các đảng của giai cấp công nhân của mọi quốc gia

Son ese sector de la clase obrera que empuja hacia adelante a todos los demás

Họ là bộ phận của giai cấp công nhân thúc đẩy tất cả những người khác tiến lên

Teóricamente, también tienen la ventaja de entender claramente la línea de marcha

Về mặt lý thuyết, họ cũng có lợi thế là hiểu rõ dòng March

Esto lo comprenden mejor comparado con la gran masa del proletariado

Điều này họ hiểu rõ hơn so với đại đa số của giai cấp vô sản

Comprenden las condiciones y los resultados generales finales del movimiento proletario

Họ hiểu các điều kiện, và kết quả chung cuối cùng của phong trào vô sản

El objetivo inmediato del comunista es el mismo que el de todos los demás partidos proletarios

Mục tiêu trước mắt của Cộng sản cũng giống như tất cả các đảng vô sản khác

Su objetivo es la formación del proletariado en una clase

Mục đích của họ là hình thành giai cấp vô sản thành một giai cấp

su objetivo es derrocar la supremacía burguesa

họ nhằm lật đổ quyền lực tối cao của giai cấp tư sản

la lucha por la conquista del poder político por el proletariado

nỗ lực chinh phục quyền lực chính trị của giai cấp vô sản

Las conclusiones teóricas de los comunistas no se basan en modo alguno en ideas o principios de reformadores

Các kết luận lý thuyết của những người cộng sản hoàn toàn không dựa trên ý tưởng hay nguyên tắc của các nhà cải cách

no fueron los aspirantes a reformadores universales los que inventaron o descubrieron las conclusiones teóricas de los comunistas

đó không phải là những nhà cải cách phổ quát đã phát minh ra hoặc khám phá ra những kết luận lý thuyết của những người Cộng sản

Se limitan a expresar, en términos generales, las relaciones reales que surgen de una lucha de clases existente

Nói chung, chúng chi đơn thuần thể hiện các mối quan hệ thực tế nảy sinh từ một cuộc đấu tranh giai cấp hiện có

Y describen el movimiento histórico que está ocurriendo ante nuestros propios ojos y que ha creado esta lucha de clases

Và họ mô tả phong trào lịch sử đang diễn ra dưới con mắt của chúng ta đã tạo ra cuộc đấu tranh giai cấp này

La abolición de las relaciones de propiedad existentes no es en absoluto un rasgo distintivo del comunismo

Việc bãi bỏ các quan hệ sở hữu hiện có hoàn toàn không phải là một đặc điểm riêng biệt của chủ nghĩa cộng sản

Todas las relaciones de propiedad en el pasado han estado continuamente sujetas a cambios históricos

Tất cả các quan hệ tài sản trong quá khứ đã liên tục chịu sự thay đổi lịch sử

y estos cambios fueron consecuencia del cambio en las condiciones históricas

Và những thay đổi này là kết quả của sự thay đổi trong điều kiện lịch sử

La Revolución Francesa, por ejemplo, abolió la propiedad feudal en favor de la propiedad burguesa

Cách mạng Pháp, ví dụ, bãi bỏ tài sản phong kiến để ủng hộ tài sản tư sản

El rasgo distintivo del comunismo no es la abolición de la propiedad, en general

Đặc điểm nổi bật của chủ nghĩa cộng sản không phải là bãi bỏ tài sản, nói chung

pero el rasgo distintivo del comunismo es la abolición de la propiedad burguesa

nhưng đặc điểm nổi bật của chủ nghĩa cộng sản là xóa bỏ tài sản tư sản

Pero la propiedad privada de la burguesía moderna es la expresión última y más completa del sistema de producción y apropiación de productos

Nhưng sở hữu tư nhân tư sản hiện đại là biểu hiện cuối cùng và đầy đủ nhất của hệ thống sản xuất và chiếm đoạt sản phẩm

Es el estado final de un sistema que se basa en los antagonismos de clase, donde el antagonismo de clase es la explotación de la mayoría por unos pocos

Đó là trạng thái cuối cùng của một hệ thống dựa trên sự đối kháng giai cấp, trong đó sự đối kháng giai cấp là sự bóc lột của nhiều người bởi một số ít

En este sentido, la teoría de los comunistas puede resumirse en una sola frase; la abolición de la propiedad privada

Theo nghĩa này, lý thuyết về những người cộng sản có thể được tóm tắt trong một câu duy nhất; Xóa bỏ sở hữu tư nhân

A los comunistas se nos ha reprochado el deseo de abolir el derecho de adquirir personalmente la propiedad

Những người cộng sản chúng tôi đã bị khiển trách với mong muốn bãi bỏ quyền sở hữu tài sản cá nhân

Se afirma que esta propiedad es el fruto del propio trabajo de un hombre

Người ta cho rằng tài sản này là thành quả lao động của chính một người đàn ông

y se alega que esta propiedad es la base de toda libertad, actividad e independencia personal.

Và tài sản này được cho là nền tảng của tất cả các quyền tự do, hoạt động và độc lập cá nhân.

"¡Propiedad ganada con esfuerzo, adquirida por uno mismo, ganada por uno mismo!"

"Khó thắng, tự mua, tự kiếm tài sản!"

¿Te refieres a la propiedad del pequeño artesano y del pequeño campesino?

Ý bạn là tài sản của nghệ nhân nhỏ và của người nông dân nhỏ?

¿Te refieres a una forma de propiedad que precedió a la forma burguesa?

Ý bạn là một hình thức sở hữu đi trước hình thức tư sản?

No hay necesidad de abolir eso, el desarrollo de la industria ya lo ha destruido en gran medida

Không cần phải bãi bỏ điều đó, sự phát triển của công nghiệp đã phá hủy nó ở một mức độ lớn

y el desarrollo de la industria sigue destruyéndola diariamente

Và sự phát triển của ngành công nghiệp vẫn đang phá hủy nó hàng ngày

¿O te refieres a la propiedad privada de la burguesía moderna?

Hay ý bạn là tài sản tư nhân tư sản hiện đại?

Pero, ¿crea el trabajo asalariado alguna propiedad para el trabajador?

Nhưng lao động làm công ăn lương có tạo ra tài sản nào cho người lao động không?

¡No, el trabajo asalariado no crea ni una pizca de este tipo de propiedad!

Không, lao động tiền lương không tạo ra một chút tài sản này!

Lo que sí crea el trabajo asalariado es capital; ese tipo de propiedad que explota el trabajo asalariado

những gì lao động làm công ăn lương tạo ra là vốn; loại tài sản bóc lột lao động tiền lương đó

El capital no puede aumentar sino a condición de engendrar una nueva oferta de trabajo asalariado para una nueva explotación

Tư bản không thể tăng trừ khi có điều kiện tạo ra một nguồn cung lao động tiền lương mới để khai thác mới

La propiedad, en su forma actual, se basa en el antagonismo entre el capital y el trabajo asalariado

Tài sản, trong hình thức hiện tại của nó, dựa trên sự đối kháng của tư bản và tiền lương-lao động

Examinemos los dos lados de este antagonismo

Chúng ta hãy xem xét cả hai mặt của sự đối kháng này

Ser capitalista es tener no sólo un estatus puramente personal

Trở thành một nhà tư bản không chỉ là có một địa vị cá nhân thuần túy

En cambio, ser capitalista es también tener un estatus social en la producción

Thay vào đó, trở thành một nhà tư bản cũng là phải có địa vị xã hội trong sản xuất

porque el capital es un producto colectivo; Sólo mediante la acción unida de muchos miembros puede ponerse en marcha

vì vốn là sản phẩm tập thể; Chỉ bằng hành động thống nhất của nhiều thành viên, nó mới có thể được khởi động

Pero esta acción unida es el último recurso, y en realidad requiere de todos los miembros de la sociedad

Nhưng hành động thống nhất này là phương sách cuối cùng, và thực sự đòi hỏi tất cả các thành viên trong xã hội

El capital se convierte en propiedad de todos los miembros de la sociedad

Vốn được chuyển đổi thành tài sản của tất cả các thành viên trong xã hội

pero el Capital no es, por lo tanto, un poder personal; Es un poder social

nhưng Tư bản, do đó, không phải là một quyền lực cá nhân; Đó là một sức mạnh xã hội

Así, cuando el capital se convierte en propiedad social, la propiedad personal no se transforma en propiedad social

Vì vậy, khi tư bản được chuyển đổi thành tài sản xã hội, tài sản cá nhân không được chuyển thành tài sản xã hội

Lo único que cambia es el carácter social de la propiedad y pierde su carácter de clase

Nó chỉ là đặc tính xã hội của tài sản bị thay đổi, và mất đi tính chất giai cấp của nó

Veamos ahora el trabajo asalariado

Bây giờ chúng ta hãy nhìn vào tiền lương-lao động

El precio medio del trabajo asalariado es el salario mínimo, es decir, la cantidad de medios de subsistencia

Giá trung bình của tiền lương-lao động là mức lương tối thiểu, tức là lượng tử của các phương tiện sinh hoạt

Este salario es absolutamente necesario en la mera existencia de un obrero

Mức lương này là hoàn toàn cần thiết trong sự tồn tại trần trụi của một người lao động

Por lo tanto, lo que el asalariado se apropia por medio de su trabajo, sólo basta para prolongar y reproducir una existencia desnuda

Do đó, những gì người lao động làm công ăn lương chiếm đoạt bằng lao động của mình, chỉ đủ để kéo dài và tái tạo một sự tồn tại trần trụi

De ninguna manera pretendemos abolir esta apropiación personal de los productos del trabajo

Chúng tôi không có ý định xóa bỏ sự chiếm đoạt cá nhân này đối với các sản phẩm lao động

una apropiación que se hace para el mantenimiento y la reproducción de la vida humana

một sự chiếm đoạt được thực hiện để duy trì và sinh sản sự sống của con người

Tal apropiación personal de los productos del trabajo no deja ningún excedente con el que ordenar el trabajo de otros

Việc chiếm đoạt cá nhân các sản phẩm lao động như vậy không để lại thặng dư để chỉ huy lao động của người khác

Lo único que queremos eliminar es el carácter miserable de esta apropiación

Tất cả những gì chúng ta muốn loại bỏ, là tính chất khốn khổ của sự chiếm đoạt này

la apropiación bajo la cual vive el obrero sólo para aumentar el capital

sự chiếm đoạt mà theo đó người lao động sống chỉ để tăng vốn

Sólo se le permite vivir en la medida en que lo exija el interés de la clase dominante

Anh ta chỉ được phép sống trong chừng mực lợi ích của giai cấp thống trị đòi hỏi

En la sociedad burguesa, el trabajo vivo no es más que un medio para aumentar el trabajo acumulado

Trong xã hội tư sản, lao động sống chỉ là phương tiện để tăng sức lao động tích lũy

En la sociedad comunista, el trabajo acumulado no es más que un medio para ampliar, para enriquecer y para promover la existencia del obrero

Trong xã hội cộng sản, lao động tích lũy chỉ là một phương tiện để mở rộng, làm giàu, thúc đẩy sự tồn tại của người lao động

En la sociedad burguesa, por lo tanto, el pasado domina al presente

Do đó, trong xã hội tư sản, quá khứ thống trị hiện tại

en la sociedad comunista el presente domina al pasado

trong xã hội cộng sản, hiện tại thống trị quá khứ

En la sociedad burguesa el capital es independiente y tiene individualidad

Trong xã hội tư sản, tư bản là độc lập và có tính cá nhân

En la sociedad burguesa la persona viva es dependiente y no tiene individualidad

Trong xã hội tư sản, người sống phụ thuộc và không có cá tính

¡Y la abolición de este estado de cosas es llamada por la burguesía, abolición de la individualidad y de la libertad!

Và việc bãi bỏ tình trạng này được giai cấp tư sản gọi là, xóa bỏ tính cá nhân và tự do!

¡Y con razón se llama la abolición de la individualidad y de la libertad!

Và nó được gọi đúng là bãi bỏ tính cá nhân và tự do!

El comunismo aspira a la abolición de la individualidad burguesa

Chủ nghĩa cộng sản nhằm xóa bỏ tính cá nhân tư sản

El comunismo pretende la abolición de la independencia burguesa

Chủ nghĩa cộng sản có ý định xóa bỏ nền độc lập của giai cấp tư sản

La libertad burguesa es, sin duda, a lo que aspira el comunismo

Tự do tư sản chắc chắn là điều mà chủ nghĩa cộng sản đang hướng tới

en las actuales condiciones de producción de la burguesía, la libertad significa libre comercio, libre venta y compra

trong điều kiện sản xuất của giai cấp tư sản hiện nay, tự do có nghĩa là tự do thương mại, tự do mua bán

Pero si desaparece la venta y la compra, también desaparece la libre venta y la compra

Nhưng nếu bán và mua biến mất, bán và mua tự do cũng biến mất

Las "palabras valientes" de la burguesía sobre la libre venta y compra sólo tienen sentido en un sentido limitado

"Những lời dũng cảm" của giai cấp tư sản về mua bán tự do chỉ có ý nghĩa hạn chế

Estas palabras tienen significado solo en contraste con la venta y la compra restringidas

Những từ này chỉ có ý nghĩa trái ngược với việc bán và mua bị hạn chế

y estas palabras sólo tienen sentido cuando se aplican a los comerciantes encadenados de la Edad Media

và những từ này chỉ có ý nghĩa khi áp dụng cho các thương nhân bị trói buộc của thời Trung cổ

y eso supone que estas palabras incluso tienen un significado en un sentido burgués

và điều đó giả định những từ này thậm chí có ý nghĩa theo nghĩa tư sản

pero estas palabras no tienen ningún significado cuando se usan para oponerse a la abolición comunista de la compra y venta

nhưng những từ này không có ý nghĩa khi chúng được sử dụng để phản đối việc Cộng sản bãi bỏ mua và bán

las palabras no tienen sentido cuando se usan para oponerse a la abolición de las condiciones de producción de la burguesía

những từ ngữ không có ý nghĩa khi chúng được sử dụng để chống lại các điều kiện sản xuất của giai cấp tư sản bị xóa bỏ

y no tienen ningún sentido cuando se utilizan para oponerse a la abolición de la propia burguesía

và chúng không có ý nghĩa gì khi chúng được sử dụng để chống lại chính giai cấp tư sản bị xóa bỏ

Ustedes están horrorizados de nuestra intención de acabar con la propiedad privada

Bạn kinh hoàng trước ý định của chúng tôi để loại bỏ tài sản tư nhân

Pero en la sociedad actual, la propiedad privada ya ha sido eliminada para las nueve décimas partes de la población

Nhưng trong xã hội hiện tại của bạn, tài sản tư nhân đã bị xóa bỏ cho chín phần mười dân số

La existencia de la propiedad privada para unos pocos se debe únicamente a su inexistencia en manos de las nueve décimas partes de la población

Sự tồn tại của tài sản tư nhân đối với một số ít chỉ là do nó không tồn tại trong tay chín phần mười dân số

Por lo tanto, nos reprochas que pretendamos acabar con una forma de propiedad

Do đó, bạn trách móc chúng tôi với ý định loại bỏ một hình thức tài sản

Pero la propiedad privada requiere la inexistencia de propiedad alguna para la inmensa mayoría de la sociedad

Nhưng sở hữu tư nhân đòi hỏi sự không tồn tại của bất kỳ tài sản nào đối với đại đa số xã hội

En una palabra, nos reprochas que pretendamos acabar con tu propiedad

Nói một cách dễ hiểu, bạn trách móc chúng tôi với ý định lấy đi tài sản của bạn

Y es precisamente así; prescindir de su propiedad es justo lo que pretendemos

Và nó chính xác là như vậy; loại bỏ Tài sản của bạn chỉ là những gì chúng tôi dự định

Desde el momento en que el trabajo ya no puede convertirse en capital, dinero o renta

Từ thời điểm lao động không còn có thể được chuyển đổi thành vốn, tiền hoặc tiền thuê

cuando el trabajo ya no puede convertirse en un poder social capaz de ser monopolizado

khi lao động không còn có thể được chuyển đổi thành một quyền lực xã hội có khả năng độc quyền

desde el momento en que la propiedad individual ya no puede transformarse en propiedad burguesa

từ thời điểm tài sản cá nhân không còn có thể chuyển hóa thành tài sản tư sản

desde el momento en que la propiedad individual ya no puede transformarse en capital

từ thời điểm tài sản cá nhân không còn có thể chuyển thành vốn

A partir de ese momento, dices que la individualidad se desvanece

Từ lúc đó, bạn nói rằng tính cá nhân biến mất

Debéis confesar, pues, que por "individuo" no os referimos a otra persona que a la burguesía

Do đó, bạn phải thú nhận rằng "cá nhân" không có nghĩa là người nào khác ngoài giai cấp tư sản

Debes confesar que se refiere específicamente al propietario de una propiedad de clase media

Bạn phải thú nhận rằng nó đặc biệt đề cập đến chủ sở hữu tài sản trung lưu

Esta persona debe, en verdad, ser barrida del camino, y hecha imposible

Người này, quả nhiên phải bị quét sạch, làm cho không thể

El comunismo no priva a ningún hombre del poder de apropiarse de los productos de la sociedad

Chủ nghĩa cộng sản không tước đoạt quyền lực của bất kỳ ai để chiếm đoạt các sản phẩm của xã hội

todo lo que hace el comunismo es privarlo del poder de subyugar el trabajo de otros por medio de tal apropiación

tất cả những gì chủ nghĩa cộng sản làm là tước đoạt quyền lực của anh ta để khuất phục lao động của người khác bằng cách chiếm đoạt như vậy

Se ha objetado que, tras la abolición de la propiedad privada, cesará todo trabajo

Người ta đã phản đối rằng khi bãi bỏ tài sản tư nhân, tất cả các công việc sẽ chấm dứt

y entonces se sugiere que la pereza universal se apoderará de nosotros

Và sau đó người ta cho rằng sự lười biếng phổ quát sẽ vượt qua chúng ta

De acuerdo con esto, la sociedad burguesa debería haber ido hace mucho tiempo a los perros por pura ociosidad

Theo đó, xã hội tư sản từ lâu đã phải đến với những thông qua sự nhàn rỗi tuyệt đối

porque los de sus miembros que trabajan, no adquieren nada

Bởi vì những thành viên của nó làm việc, không thu được gì

y los de sus miembros que adquieren algo, no trabajan

và những thành viên của nó có được bất cứ điều gì, không hoạt động

Toda esta objeción no es más que otra expresión de la tautología

Toàn bộ sự phản đối này chỉ là một biểu hiện khác của tautology

Ya no puede haber trabajo asalariado cuando ya no hay capital

không còn lao động làm công ăn lương khi không còn vốn

No hay diferencia entre los productos materiales y los productos mentales

Không có sự khác biệt giữa sản phẩm vật chất và sản phẩm tinh thần

El comunismo propone que ambos se producen de la misma manera

Chủ nghĩa cộng sản đề xuất cả hai đều được sản xuất theo cùng một cách

pero las objeciones contra los modos comunistas de producirlos son las mismas

nhưng những phản đối chống lại các phương thức sản xuất này của Cộng sản là như nhau

para la burguesía, la desaparición de la propiedad de clase es la desaparición de la producción misma

đối với giai cấp tư sản, sự biến mất của tài sản giai cấp là sự biến mất của chính sản xuất

De modo que la desaparición de la cultura de clase es para él idéntica a la desaparición de toda cultura

Vì vậy, sự biến mất của văn hóa giai cấp đối với anh ta giống hệt với sự biến mất của tất cả các nền văn hóa

Esa cultura, cuya pérdida lamenta, es para la inmensa mayoría un mero entrenamiento para actuar como una máquina

Nền văn hóa đó, sự mất mát mà ông than thở, đối với đại đa số chỉ là một sự đào tạo đơn thuần để hoạt động như một cỗ máy

Los comunistas tienen la firme intención de abolir la cultura de la propiedad burguesa

Những người cộng sản rất có ý định xóa bỏ văn hóa sở hữu tư sản

Pero no discutan con nosotros mientras apliquen el estándar de sus nociones burguesas de libertad, cultura, ley, etc

Nhưng đừng tranh cãi với chúng tôi miễn là bạn áp dụng tiêu chuẩn của các quan niệm tư sản của bạn về tự do, văn hóa, pháp luật, v.v

Vuestras mismas ideas no son más que el resultado de las condiciones de la producción burguesa y de la propiedad burguesa

Chính tư tưởng của các bạn chỉ là kết quả của các điều kiện sản xuất tư sản và tài sản tư sản của các bạn

del mismo modo que vuestra jurisprudencia no es más que la voluntad de vuestra clase convertida en ley para todos

Cũng giống như luật học của bạn là những ý chí của giai cấp bạn được tạo thành luật cho tất cả mọi người

El carácter esencial y la dirección de esta voluntad están determinados por las condiciones económicas que crea su clase social

Đặc tính và hướng đi thiết yếu của ý chí này được xác định bởi các điều kiện kinh tế mà tầng lớp xã hội của bạn tạo ra

El concepto erróneo egoísta que te induce a transformar las formas sociales en leyes eternas de la naturaleza y de la razón

Quan niệm sai lầm ích kỷ khiến bạn biến đổi các hình thức xã hội thành quy luật vĩnh cửu của tự nhiên và lý trí

las formas sociales que brotan de vuestro actual modo de producción y de vuestra forma de propiedad

Các hình thức xã hội nảy sinh từ phương thức sản xuất và hình thức sở hữu hiện tại của bạn

relaciones históricas que surgen y desaparecen en el progreso de la producción

quan hệ lịch sử tăng và biến mất trong quá trình sản xuất

Este concepto erróneo lo compartes con todas las clases dominantes que te han precedido

Quan niệm sai lầm này bạn chia sẻ với mọi giai cấp thống trị đã đi trước bạn

Lo que se ve claramente en el caso de la propiedad antigua, lo que se admite en el caso de la propiedad feudal

Những gì bạn thấy rõ trong trường hợp tài sản cổ, những gì bạn thừa nhận trong trường hợp sở hữu phong kiến

estas cosas, por supuesto, le está prohibido admitir en el caso de su propia forma burguesa de propiedad

những điều này tất nhiên bạn bị cấm thừa nhận trong trường hợp hình thức sở hữu tư sản của riêng bạn

¡Abolición de la familia! Hasta los más radicales estallan ante esta infame propuesta de los comunistas

Bãi bỏ gia đình! Ngay cả những người cực đoan nhất cũng bùng lên trước đề xuất khét tiếng này của những người Cộng sản

¿Sobre qué base se asienta la familia actual, la familia Bourgeoisie?

Gia đình hiện nay, gia đình tư sản, dựa trên nền tảng nào?

La base de la familia actual se basa en el capital y la ganancia privada

Nền tảng của gia đình hiện tại dựa trên vốn và lợi ích tư nhân

En su forma completamente desarrollada, esta familia sólo existe entre la burguesía

Ở dạng hoàn toàn phát triển, gia đình này chỉ tồn tại trong giai cấp tư sản

Este estado de cosas encuentra su complemento en la ausencia práctica de la familia entre los proletarios

Tình trạng này tìm thấy sự bổ sung của nó trong sự vắng mặt thực tế của gia đình giữa những người vô sản

Este estado de cosas se puede encontrar en la prostitución pública

Tình trạng này có thể được tìm thấy trong mại dâm công cộng

La familia Bourgeoisie se desvanecerá como algo natural cuando su complemento se desvanezca

Gia đình tư sản sẽ biến mất như một lẽ tất nhiên khi sự bổ sung của nó biến mất

y ambos se desvanecerán con la desaparición del capital

Và cả hai ý chí này sẽ biến mất cùng với sự biến mất của tư bản

¿Nos acusan de querer detener la explotación de los niños por parte de sus padres?

Bạn có buộc tội chúng tôi muốn ngăn chặn sự bóc lột trẻ em của cha mẹ chúng không?

De este crimen nos declaramos culpables

Đối với tội ác này, chúng tôi nhận tội

Pero, dirás, destruimos la más sagrada de las relaciones, cuando reemplazamos la educación en el hogar por la educación social

Nhưng, bạn sẽ nói, chúng ta phá hủy những mối quan hệ thiêng liêng nhất, khi chúng ta thay thế giáo dục gia đình bằng giáo dục xã hội

¿No es tamb180n social su educación? ¿Y no está determinado por las condiciones sociales en las que se educa?

Có phải giáo dục của bạn cũng không phải là xã hội? Và nó không được xác định bởi các điều kiện xã hội mà bạn giáo dục?

por la intervención, directa o indirecta, de la sociedad, por medio de las escuelas, etc.

bằng sự can thiệp, trực tiếp hoặc gián tiếp, của xã hội, bằng phương tiện của trường học, v.v.

Los comunistas no han inventado la intervención de la sociedad en la educación

Những người cộng sản đã không phát minh ra sự can thiệp của xã hội vào giáo dục

lo único que pretenden es alterar el carácter de esa intervención

Họ làm nhưng tìm cách thay đổi tính chất của sự can thiệp đó

y buscan rescatar la educación de la influencia de la clase dominante

Và họ tìm cách giải cứu giáo dục khỏi ảnh hưởng của giai cấp thống trị

La burguesía habla de la sagrada correlación entre padres e hijos

Giai cấp tư sản nói về mối quan hệ đồng cảm thiêng liêng của cha mẹ và con cái

pero esta trampa sobre la familia y la educación se vuelve aún más repugnante cuando miramos a la industria moderna

nhưng cái bẫy vỗ tay về gia đình và giáo dục này càng trở nên kinh tởm hơn khi chúng ta nhìn vào ngành công nghiệp hiện đại

Todos los lazos familiares entre los proletarios son desgarrados por la industria moderna

Tất cả các mối quan hệ gia đình giữa những người vô sản đều bị xé nát bởi ngành công nghiệp hiện đại

Sus hijos se transforman en simples artículos de comercio e instrumentos de trabajo

Con cái của họ được biến đổi thành những vật phẩm thương mại và công cụ lao động đơn giản

Pero vosotros, los comunistas, creáis una comunidad de mujeres, grita a coro toda la burguesía

Nhưng những người cộng sản các bạn sẽ tạo ra một cộng đồng phụ nữ, hét lên toàn bộ giai cấp tư sản trong điệp khúc

La burguesía ve en su mujer un mero instrumento de producción

Giai cấp tư sản nhìn thấy ở vợ mình một công cụ sản xuất đơn thuần

Oye que los instrumentos de producción deben ser explotados por todos

Anh ta nghe nói rằng các công cụ sản xuất sẽ được khai thác bởi tất cả mọi người

Y, naturalmente, no puede llegar a otra conclusión que la de que la suerte de ser común a todos recaerá igualmente en las mujeres

Và, một cách tự nhiên, anh ta không thể đi đến kết luận nào khác ngoài việc rất nhiều điều phổ biến đối với tất cả mọi người cũng sẽ rơi vào phụ nữ

Ni siquiera sospecha que el verdadero objetivo es acabar con la condición de la mujer como meros instrumentos de producción

Ông thậm chí không nghi ngờ rằng mục đích thực sự là loại bỏ địa vị của phụ nữ chỉ là công cụ sản xuất

Por lo demás, nada es más ridículo que la virtuosa indignación de nuestra burguesía contra la comunidad de mujeres

Đối với phần còn lại, không có gì lố bịch hơn sự phẫn nộ đạo đức của giai cấp tư sản chúng ta đối với cộng đồng phụ nữ

pretenden que sea abierta y oficialmente establecida por los comunistas

họ giả vờ rằng nó được thành lập công khai và chính thức bởi những người Cộng sản

Los comunistas no tienen necesidad de introducir la comunidad de mujeres, ha existido casi desde tiempos inmemoriales

Những người cộng sản không cần phải giới thiệu cộng đồng phụ nữ, nó đã tồn tại gần như từ thời xa xưa

Nuestra burguesía no se contenta con tener a su disposición a las mujeres e hijas de sus proletarios

Giai cấp tư sản của chúng ta không bằng lòng với việc có vợ và con gái của những người vô sản theo ý của họ

Tienen el mayor placer en seducir a las esposas de los demás

Họ có niềm vui lớn nhất trong việc quyến rũ vợ của nhau

Y eso sin hablar de las prostitutas comunes

Và điều đó thậm chí không nói đến gái mại dâm thông thường

El matrimonio burgués es en realidad un sistema de esposas en común

Hôn nhân tư sản trên thực tế là một hệ thống chung của những người vợ

entonces hay una cosa que se podría reprochar a los comunistas

thì có một điều mà những người Cộng sản có thể bị khiển trách

Desean introducir una comunidad de mujeres abiertamente legalizada

Họ mong muốn giới thiệu một cộng đồng phụ nữ được hợp pháp hóa công khai en lugar de una comunidad de mujeres hipócritamente oculta

chứ không phải là một cộng đồng phụ nữ bị che giấu một cách đạo đức giả

la comunidad de mujeres que surgen del sistema de producción

Cộng đồng phụ nữ xuất phát từ hệ thống sản xuất

abolid el sistema de producción y abolid la comunidad de mujeres

Bãi bỏ hệ thống sản xuất, và bạn xóa bỏ cộng đồng phụ nữ

Se suprime la prostitución pública y la prostitución privada

cả mại dâm công cộng đều bị bãi bỏ, và mại dâm tư nhân

A los comunistas se les reprocha, además, que desean abolir los países y las nacionalidades

Những người cộng sản còn bị khiển trách nhiều hơn với mong muốn xóa bỏ các quốc gia và quốc tịch

Los trabajadores no tienen patria, así que no podemos quitarles lo que no tienen

Những người lao động không có đất nước, vì vậy chúng ta không thể lấy đi của họ những gì họ không có

El proletariado debe, ante todo, adquirir la supremacía política

Giai cấp vô sản trước hết phải giành được quyền lực chính trị tối cao

El proletariado debe elevarse para ser la clase dirigente de la nación

giai cấp vô sản phải vươn lên làm giai cấp lãnh đạo dân tộc

El proletariado debe constituirse en la nación

giai cấp vô sản phải tự tạo thành dân tộc

es, hasta ahora, nacional, aunque no en el sentido burgués de la palabra

cho đến nay, bản thân nó là quốc gia, mặc dù không theo nghĩa tư sản của từ này

Las diferencias nacionales y los antagonismos entre los pueblos desaparecen cada día más

Sự khác biệt và đối kháng quốc gia giữa các dân tộc ngày càng biến mất

debido al desarrollo de la burguesía, a la libertad de comercio, al mercado mundial

do sự phát triển của giai cấp tư sản, tự do thương mại, thị trường thế giới

a la uniformidad en el modo de producción y en las condiciones de vida correspondientes

đến sự đồng nhất trong phương thức sản xuất và trong các điều kiện của cuộc sống tương ứng với nó

La supremacía del proletariado hará que desaparezcan aún más rápidamente

Quyền lực tối cao của giai cấp vô sản sẽ khiến họ biến mất nhanh hơn nữa

La acción unida, al menos de los principales países civilizados, es una de las primeras condiciones para la emancipación del proletariado

Hành động thống nhất, ít nhất là của các nước văn minh hàng đầu, là một trong những điều kiện đầu tiên để giải phóng giai cấp vô sản

En la medida en que se ponga fin a la explotación de un individuo por otro, también se pondrá fin a la explotación de una nación por otra.

Theo tỷ lệ khi sự bóc lột của một cá nhân bởi một cá nhân khác được chấm dứt, sự bóc lột của một quốc gia bởi một quốc gia khác cũng sẽ được chấm dứt

A medida que desaparezca el antagonismo entre las clases dentro de la nación, la hostilidad de una nación hacia otra llegará a su fin

Tỷ lệ thuận với sự đối kháng giữa các giai cấp trong quốc gia biến mất, sự thù địch của quốc gia này với quốc gia khác sẽ chấm dứt

Las acusaciones contra el comunismo hechas desde un punto de vista religioso, filosófico y, en general, ideológico, no merecen un examen serio

Các cáo buộc chống lại chủ nghĩa cộng sản được đưa ra từ một tôn giáo, một triết học, và, nói chung, từ quan điểm ý thức hệ, không đáng được xem xét nghiêm túc

¿Se requiere una intuición profunda para comprender que las ideas, puntos de vista y concepciones del hombre cambian con cada cambio en las condiciones de su existencia material?

Nó có đòi hỏi trực giác sâu sắc để hiểu rằng những ý tưởng, quan điểm và quan niệm của con người thay đổi với mọi thay đổi trong điều kiện tồn tại vật chất của anh ta không?

¿No es obvio que la conciencia del hombre cambia cuando cambian sus relaciones sociales y su vida social?

Chẳng phải rõ ràng là ý thức của con người thay đổi khi các mối quan hệ xã hội và đời sống xã hội của con người thay đổi?

¿Qué otra cosa prueba la historia de las ideas sino que la producción intelectual cambia de carácter a medida que cambia la producción material?

Lịch sử của các ý tưởng chứng minh điều gì khác hơn là sản xuất trí tuệ thay đổi tính chất của nó theo tỷ lệ khi sản xuất vật chất bị thay đổi?

Las ideas dominantes de cada época han sido siempre las ideas de su clase dominante

Những tư tưởng thống trị của mỗi thời đại đã từng là ý tưởng của giai cấp thống trị của nó

Cuando se habla de ideas que revolucionan la sociedad, no hace más que expresar un hecho

Khi mọi người nói về những ý tưởng cách mạng hóa xã hội, họ chỉ thể hiện một thực tế

Dentro de la vieja sociedad, se han creado los elementos de una nueva

Trong xã hội cũ, các yếu tố của một xã hội mới đã được tạo ra

y que la disolución de las viejas ideas sigue el mismo ritmo que la disolución de las viejas condiciones de existencia

và rằng sự tan rã của những ý tưởng cũ thậm chí còn theo kịp với sự tan rã của các điều kiện tồn tại cũ

Cuando el mundo antiguo estaba en sus últimos estertores, las religiones antiguas fueron vencidas por el cristianismo

Khi thế giới cổ đại đang ở trong cơn thịnh nộ cuối cùng, các tôn giáo cổ đại đã bị Cơ đốc giáo vượt qua

Cuando las ideas cristianas sucumbieron en el siglo XVIII a las ideas racionalistas, la sociedad feudal libró su batalla a muerte contra la burguesía revolucionaria de entonces

Khi các ý tưởng Kitô giáo không chịu nổi những ý tưởng duy lý vào thế kỷ 18, xã hội phong kiến đã chiến đấu trong trận chiến sinh tử với giai cấp tư sản cách mạng lúc đó

Las ideas de la libertad religiosa y de la libertad de conciencia no hacían más que expresar el dominio de la libre competencia en el dominio del conocimiento

Những ý tưởng về tự do tôn giáo và tự do lương tâm chỉ đơn thuần thể hiện sự thống trị của sự cạnh tranh tự do trong lĩnh vực tri thức

"Indudablemente", se dirá, "las ideas religiosas, morales, filosóficas y jurídicas se han modificado en el curso del desarrollo histórico"

"Chắc chắn," người ta sẽ nói, "các ý tưởng tôn giáo, đạo đức, triết học và pháp lý đã được sửa đổi trong quá trình phát triển lịch sử"

"Pero la religión, la filosofía de la moral, la ciencia política y el derecho, sobrevivieron constantemente a este cambio"

"Nhưng tôn giáo, triết học đạo đức, khoa học chính trị và luật pháp, liên tục sống sót sau sự thay đổi này"

"También hay verdades eternas, como la Libertad, la Justicia, etc."

"Cũng có những sự thật vĩnh cửu, chẳng hạn như Tự do, Công lý, v.v."

"Estas verdades eternas son comunes a todos los estados de la sociedad"

"Những lẽ thật vĩnh cửu này là chung cho tất cả các trạng thái của xã hội"

"Pero el comunismo suprime las verdades eternas, suprime toda religión y toda moral"

"Nhưng chủ nghĩa cộng sản xóa bỏ những chân lý vĩnh cửu, nó xóa bỏ tất cả tôn giáo, và tất cả đạo đức"

"Lo hace en lugar de constituirlos sobre una nueva base"

"Nó làm điều này thay vì cấu thành chúng trên một cơ sở mới"

"Por lo tanto, actúa en contradicción con toda la experiencia histórica pasada"

"Do đó, nó hoạt động mâu thuẫn với tất cả kinh nghiệm lịch sử trong quá khứ"

¿A qué se reduce esta acusación?

Lời buộc tội này tự giảm xuống thành gì?

La historia de toda la sociedad pasada ha consistido en el desarrollo de antagonismos de clase

Lịch sử của tất cả các xã hội trong quá khứ đã bao gồm sự phát triển của sự đối kháng giai cấp

antagonismos que asumieron diferentes formas en diferentes épocas

đối kháng giả định các hình thức khác nhau ở các thời đại khác nhau

Pero cualquiera que sea la forma que hayan tomado, un hecho es común a todas las épocas pasadas

Nhưng bất kể họ có thể đã thực hiện dưới hình thức nào, một thực tế là phổ biến cho tất cả các thời đại trong quá khứ

la explotación de una parte de la sociedad por la otra

sự bóc lột của một bộ phận trong xã hội bởi bộ phận kia

No es de extrañar, pues, que la conciencia social de épocas pasadas se mueva dentro de ciertas formas comunes o ideas generales

Do đó, không có gì ngạc nhiên khi ý thức xã hội của các thời đại trong quá khứ di chuyển trong các hình thức phổ biến nhất định, hoặc ý tưởng chung

(y eso a pesar de toda la multiplicidad y variedad que muestra)

(và đó là bất chấp tất cả sự đa dạng và đa dạng mà nó hiển thị)

y éstos no pueden desaparecer por completo sino con la desaparición total de los antagonismos de clase

Và những điều này không thể biến mất hoàn toàn ngoại trừ sự biến mất hoàn toàn của sự đối kháng giai cấp

La revolución comunista es la ruptura más radical con las relaciones tradicionales de propiedad

Cuộc cách mạng cộng sản là sự rạn nứt triệt để nhất với quan hệ sở hữu truyền thống

No es de extrañar que su desarrollo implique la ruptura más radical con las ideas tradicionales

Không có gì ngạc nhiên khi sự phát triển của nó liên quan đến sự phá vỡ triệt để nhất với các ý tưởng truyền thống

Pero dejemos de lado las objeciones de la burguesía al comunismo

Nhưng chúng ta hãy làm với sự phản đối của giai cấp tư sản đối với chủ nghĩa cộng sản

Hemos visto más arriba el primer paso de la revolución de la clase obrera

Chúng ta đã thấy trên bước đầu tiên trong cuộc cách mạng của giai cấp công nhân

Hay que elevar al proletariado a la posición de gobernante, para ganar la batalla de la democracia

Giai cấp vô sản phải được nâng lên vị trí cầm quyền, để giành chiến thắng trong cuộc chiến dân chủ

El proletariado utilizará su supremacía política para arrebatar, poco a poco, todo el capital a la burguesía

Giai cấp vô sản sẽ sử dụng ưu thế chính trị của mình để giành giật, theo mức độ, tất cả tư bản từ giai cấp tư sản

centralizará todos los instrumentos de producción en manos del Estado

nó sẽ tập trung tất cả các công cụ sản xuất vào tay Nhà nước

En otras palabras, el proletariado organizado como clase dominante

Nói cách khác, giai cấp vô sản được tổ chức thành giai cấp thống trị

y aumentará el total de las fuerzas productivas lo más rápidamente posible

và nó sẽ tăng tổng lực lượng sản xuất càng nhanh càng tốt

Por supuesto, al principio, esto no puede llevarse a cabo sino por medio de incursiones despóticas en los derechos de propiedad

Tất nhiên, ngay từ đầu, điều này không thể được thực hiện ngoại trừ bằng các phương tiện xâm nhập chuyên chế vào quyền sở hữu

y tiene que lograrse en las condiciones de la producción burguesa

và nó phải đạt được trên điều kiện sản xuất tư sản

Por lo tanto, se logra mediante medidas que parecen económicamente insuficientes e insostenibles

Nó đạt được bằng các biện pháp, do đó, dường như không đủ kinh tế và không thể kiểm soát được

pero estos medios, en el curso del movimiento, se superan a sí mismos

Nhưng những phương tiện này, trong quá trình của phong trào, vượt xa chính họ

Requieren nuevas incursiones en el viejo orden social

Họ đòi hỏi phải xâm nhập sâu hơn vào trật tự xã hội cũ

y son ineludibles como medio de revolucionar por completo el modo de producción

Và chúng không thể tránh khỏi như một phương tiện cách mạng hóa hoàn toàn phương thức sản xuất

Por supuesto, estas medidas serán diferentes en los distintos países

Những biện pháp này tất nhiên sẽ khác nhau ở các quốc gia khác nhau

Sin embargo, en los países más avanzados, lo siguiente será de aplicación bastante general

Tuy nhiên, ở các nước tiên tiến nhất, những điều sau đây sẽ được áp dụng khá phổ biến:

1. Abolición de la propiedad de la tierra y aplicación de todas las rentas de la tierra a fines públicos.

1. Bãi bỏ tài sản trên đất và áp dụng toàn bộ tiền thuê đất vào mục đích công cộng.

2. Un fuerte impuesto progresivo o gradual sobre la renta.

2. Thuế thu nhập lũy tiến hoặc thuế lũy tiến cao.

3. Abolición de todo derecho de herencia.

3. Bãi bỏ mọi quyền thừa kế.

4. Confiscación de los bienes de todos los emigrantes y rebeldes.

4. Tịch thu tài sản của tất cả những người di cư và phiến quân.

5. Centralización del crédito en manos del Estado, por medio de un banco nacional de capital estatal y monopolio exclusivo.

5. Tập trung tín dụng trong tay Nhà nước, thông qua một ngân hàng quốc gia có vốn nhà nước và độc quyền độc quyền.

6. Centralización de los medios de comunicación y transporte en manos del Estado.

6. Tập trung các phương tiện thông tin liên lạc và vận tải trong tay Nhà nước.

7. Ampliación de fábricas e instrumentos de producción propiedad del Estado

7. Mở rộng nhà xưởng, dụng cụ sản xuất thuộc sở hữu Nhà nước

la puesta en cultivo de tierras baldías y el mejoramiento del suelo en general de acuerdo con un plan común.

việc đưa vào canh tác đất thải, và cải tạo đất nói chung theo một kế hoạch chung.

8. Igual responsabilidad de todos hacia el trabajo

8. Trách nhiệm bình đẳng của tất cả mọi người đối với lao động

Establecimiento de ejércitos industriales, especialmente para la agricultura.

Thành lập quân đội công nghiệp, đặc biệt là cho nông nghiệp.

9. Combinación de la agricultura con las industrias manufactureras

9. Kết hợp nông nghiệp với công nghiệp sản xuất

Abolición gradual de la distinción entre la ciudad y el campo, por una distribución más equitativa de la población en todo el país.

dần dần xóa bỏ sự phân biệt giữa thị trấn và nông thôn, bằng cách phân phối dân số bình đẳng hơn trên cả nước.

10. Educación gratuita para todos los niños en las escuelas públicas.

10. Giáo dục miễn phí cho tất cả trẻ em trong các trường công lập.

Abolición del trabajo infantil en las fábricas en su forma actual

Xóa bỏ lao động nhà máy trẻ em theo hình thức hiện tại

Combinación de la educación con la producción industrial

Kết hợp giáo dục với sản xuất công nghiệp

Cuando, en el curso del desarrollo, las distinciones de clase han desaparecido

Khi, trong quá trình phát triển, sự phân biệt giai cấp đã biến mất

y cuando toda la producción se ha concentrado en manos de una vasta asociación de toda la nación

và khi mọi sản xuất đã được tập trung trong tay một hiệp hội rộng lớn của cả dân tộc

entonces el poder público perderá su carácter político

thì quyền lực công cộng sẽ mất đi tính chất chính trị của nó

El poder político, propiamente dicho, no es más que el poder organizado de una clase para oprimir a otra

Quyền lực chính trị, được gọi đúng như vậy, chỉ đơn thuần là quyền lực có tổ chức của một giai cấp để đàn áp giai cấp khác

Si el proletariado, en su lucha contra la burguesía, se ve obligado, por la fuerza de las circunstancias, a organizarse como clase

Nếu giai cấp vô sản trong cuộc cạnh tranh với giai cấp tư sản, bằng sức mạnh của hoàn cảnh, buộc phải tự tổ chức thành một giai cấp

si, por medio de una revolución, se convierte en la clase dominante

Nếu, bằng một cuộc cách mạng, nó tự biến mình thành giai cấp thống trị

y, como tal, barre por la fuerza las viejas condiciones de producción

và, như vậy, nó quét sạch bằng vũ lực các điều kiện sản xuất cũ

entonces, junto con estas condiciones, habrá barrido las condiciones para la existencia de los antagonismos de clase y de las clases en general

Sau đó, cùng với những điều kiện này, nó sẽ quét sạch các điều kiện cho sự tồn tại của sự đối kháng giai cấp và của các giai cấp nói chung

y con ello habrá abolido su propia supremacía como clase.

và do đó sẽ xóa bỏ quyền tối cao của chính nó như một giai cấp.

En lugar de la vieja sociedad burguesa, con sus clases y sus antagonismos de clase, tendremos una asociación

Thay cho xã hội tư sản cũ, với các giai cấp và đối kháng giai cấp, chúng ta sẽ có một hiệp hội

una asociación en la que el libre desarrollo de cada uno sea la condición para el libre desarrollo de todos

Một hiệp hội trong đó sự phát triển tự do của mỗi người là điều kiện cho sự phát triển tự do của tất cả mọi người

1) Socialismo reaccionario
1) Chủ nghĩa xã hội phản động

a) Socialismo feudal
a) Chủ nghĩa xã hội phong kiến

las aristocracias de Francia e Inglaterra tenían una posición histórica única
các tầng lớp quý tộc của Pháp và Anh có một vị trí lịch sử độc đáo

se convirtió en su vocación escribir panfletos contra la sociedad burguesa moderna
nó trở thành ơn gọi của họ để viết sách nhỏ chống lại xã hội tư sản hiện đại

En la Revolución Francesa de julio de 1830 y en la agitación reformista inglesa
Trong cuộc cách mạng Pháp tháng 7 năm 1830, và trong phong trào cải cách Anh

Estas aristocracias sucumbieron de nuevo ante el odioso advenedizo
Những tầng lớp quý tộc này một lần nữa chịu thua trước những người mới nổi đáng ghét

A partir de entonces, una contienda política seria quedó totalmente fuera de discusión
Sau đó, một cuộc cạnh tranh chính trị nghiêm túc hoàn toàn nằm ngoài câu hỏi

Todo lo que quedaba posible era una batalla literaria, no una batalla real
Tất cả những gì còn lại có thể là trận chiến văn học, không phải là một trận chiến thực sự

Pero incluso en el dominio de la literatura, los viejos gritos del período de la restauración se habían vuelto imposibles
Nhưng ngay cả trong lĩnh vực văn học, những tiếng kêu cũ của thời kỳ phục hồi đã trở nên không thể

Para despertar simpatías, la aristocracia se vio obligada a perder de vista, aparentemente, sus propios intereses

Để khơi dậy sự đồng cảm, tầng lớp quý tộc có nghĩa vụ phải đánh mất tầm nhìn, rõ ràng, về lợi ích của chính họ

y se vieron obligados a formular su acusación contra la burguesía en interés de la clase obrera explotada

và họ có nghĩa vụ xây dựng bản cáo trạng chống lại giai cấp tư sản vì lợi ích của giai cấp công nhân bị bóc lột

Así, la aristocracia se vengó cantando sátiras a su nuevo amo

Do đó, tầng lớp quý tộc đã trả thù họ bằng cách hát đả kích chủ nhân mới của họ

y se vengaron susurrándole al oído siniestras profecías de catástrofe venidera

Và họ đã trả thù bằng cách thì thầm vào tai anh ta những lời tiên tri nham hiểm về thảm họa sắp xảy ra

De esta manera surgió el socialismo feudal: mitad lamentación, mitad sátira

Theo cách này đã nảy sinh Chủ nghĩa xã hội phong kiến: nửa than thở, nửa đả kích

Sonaba como medio eco del pasado y proyectaba mitad amenaza del futuro

Nó rung lên như một nửa tiếng vang của quá khứ, và dự đoán một nửa mối đe dọa của tương lai

a veces, con su crítica amarga, ingeniosa e incisiva, golpeó a la burguesía hasta la médula

đôi khi, bằng những lời phê phán cay đắng, dí dỏm và sắc bén, nó đã đánh vào tận đáy lòng giai cấp tư sản

pero siempre fue ridículo en su efecto, por su total incapacidad para comprender la marcha de la historia moderna

Nhưng nó luôn luôn lố bịch trong hiệu quả của nó, thông qua việc hoàn toàn không có khả năng hiểu được cuộc diễu hành của lịch sử hiện đại

La aristocracia, con el fin de atraer al pueblo hacia ellos, agitaba la bolsa de limosnas proletaria delante como una bandera

Giới quý tộc, để tập hợp nhân dân về với họ, đã vẫy túi bố thí vô sản trước mặt cho một biểu ngữ

Pero el pueblo, tan a menudo como se unía a ellos, veía en sus cuartos traseros los antiguos escudos de armas feudales

Nhưng người dân, thường xuyên tham gia cùng họ, đã nhìn thấy trên phần sau của họ những huy hiệu phong kiến cũ

y desertaron con carcajadas ruidosas e irreverentes

Và họ đào ngũ với những tiếng cười lớn và bất kính

Un sector de los legitimistas franceses y de la "Joven Inglaterra" exhibió este espectáculo

Một bộ phận của những người theo chủ nghĩa hợp pháp Pháp và "Nước Anh trẻ" đã trưng bày cảnh tượng này

los feudales señalaban que su modo de explotación era diferente al de la burguesía

những người theo chủ nghĩa phong kiến chỉ ra rằng phương thức bóc lột của họ khác với phương thức bóc lột của giai cấp tư sản

Los feudales olvidan que explotaron en circunstancias y condiciones muy diferentes

Những người theo chủ nghĩa phong kiến quên rằng họ đã khai thác trong những hoàn cảnh và điều kiện hoàn toàn khác nhau

Y no se dieron cuenta de que tales métodos de explotación ahora son anticuados

Và họ đã không nhận thấy các phương pháp khai thác như vậy bây giờ đã lỗi thời

demostraron que, bajo su gobierno, el proletariado moderno nunca existió

Họ cho thấy rằng, dưới sự cai trị của họ, giai cấp vô sản hiện đại không bao giờ tồn tại

pero olvidan que la burguesía moderna es el vástago necesario de su propia forma de sociedad

nhưng họ quên rằng giai cấp tư sản hiện đại là con đẻ cần thiết của hình thức xã hội của chính họ

Por lo demás, apenas ocultan el carácter reaccionario de su crítica

Đối với phần còn lại, họ hầu như không che giấu tính chất phản động của những lời chỉ trích của họ

su principal acusación contra la burguesía es la siguiente

lời buộc tội chính của họ đối với giai cấp tư sản như sau:

bajo el régimen de la burguesía se está desarrollando una clase social

dưới chế độ tư sản, một giai cấp xã hội đang được phát triển

Esta clase social está destinada a cortar de raíz el viejo orden de la sociedad

Tầng lớp xã hội này được định sẵn để cắt gốc và phân nhánh trật tự cũ của xã hội

Lo que reprochan a la burguesía no es tanto que cree un proletariado

Những gì họ nâng đỡ giai cấp tư sản không đến nỗi nó tạo ra một giai cấp vô sản

lo que reprochan a la burguesía es más bien que crea un proletariado revolucionario

những gì họ nâng đỡ giai cấp tư sản hơn nữa là tạo ra giai cấp vô sản cách mạng

En la práctica política, por lo tanto, se unen a todas las medidas coercitivas contra la clase obrera

Do đó, trong thực tiễn chính trị, họ tham gia vào tất cả các biện pháp cưỡng chế chống lại giai cấp công nhân

Y en la vida ordinaria, a pesar de sus frases altisonantes, se inclinan a recoger las manzanas de oro que caen del árbol de la industria

Và trong cuộc sống bình thường, bất chấp những cụm từ cao cấp của họ, họ cúi xuống để nhặt những quả táo vàng rơi từ cây công nghiệp

y trocan la verdad, el amor y el honor por el comercio de lana, azúcar de remolacha y aguardiente de patata

và họ trao đổi lẽ thật, tình yêu và danh dự để buôn bán len, đường củ cải đường và rượu mạnh khoai tây

Así como el párroco ha ido siempre de la mano con el terrateniente, así también lo ha hecho el socialismo clerical con el socialismo feudal

Như chủ nghĩa xã hội giáo sĩ đã từng đi đôi với địa chủ, chủ nghĩa xã hội giáo sĩ với chủ nghĩa xã hội phong kiến cũng vậy

Nada es más fácil que dar al ascetismo cristiano un tinte socialista

Không có gì dễ dàng hơn là cung cấp cho chủ nghĩa khổ hạnh Kitô giáo một màu xã hội chủ nghĩa

¿No ha declamado el cristianismo contra la propiedad privada, contra el matrimonio, contra el Estado?

Chẳng phải Kitô giáo đã tuyên bố chống lại sở hữu tư nhân, chống lại hôn nhân, chống lại Nhà nước sao?

¿No ha predicado el cristianismo en lugar de estos, la caridad y la pobreza?

Chẳng phải Kitô giáo đã không rao giảng thay cho những điều này, bác ái và nghèo khó sao?

¿Acaso el cristianismo no predica el celibato y la mortificación de la carne, la vida monástica y la Madre Iglesia?

Cơ Đốc giáo không rao giảng về đời sống độc thân và hãm mình xác thịt, đời sống tu viện và Mẹ Giáo Hội sao?

El socialismo cristiano no es más que el agua bendita con la que el sacerdote consagra los ardores del corazón del aristócrata

Chủ nghĩa xã hội Kitô giáo chỉ là nước thánh mà linh mục thánh hiến những đốt cháy trái tim của giới quý tộc

b) Socialismo pequeñoburgués
b) Chủ nghĩa xã hội tiểu tư sản

La aristocracia feudal no fue la única clase arruinada por la burguesía
Giai cấp quý tộc phong kiến không phải là giai cấp duy nhất bị giai cấp tư sản hủy hoại
no fue la única clase cuyas condiciones de existencia languidecieron y perecieron en la atmósfera de la sociedad burguesa moderna
nó không phải là giai cấp duy nhất có điều kiện tồn tại bị ghim chặt và diệt vong trong bầu không khí của xã hội tư sản hiện đại
Los burgueses medievales y los pequeños propietarios campesinos fueron los precursores de la burguesía moderna
Các burgesses thời trung cổ và các chủ sở hữu nông dân nhỏ là tiền thân của giai cấp tư sản hiện đại
En los países poco desarrollados, industrial y comercialmente, estas dos clases siguen vegetando una al lado de la otra
Ở những quốc gia ít phát triển, về công nghiệp và thương mại, hai giai cấp này vẫn thực vật cạnh nhau
y mientras tanto la burguesía se levanta junto a ellos: industrial, comercial y políticamente
và trong khi đó, giai cấp tư sản nổi lên bên cạnh họ: về công nghiệp, thương mại và chính trị
En los países donde la civilización moderna se ha desarrollado plenamente, se ha formado una nueva clase de pequeña burguesía
Ở những nước mà nền văn minh hiện đại đã phát triển đầy đủ, một giai cấp tiểu tư sản mới đã được hình thành
esta nueva clase social fluctúa entre el proletariado y la burguesía
giai cấp xã hội mới này dao động giữa giai cấp vô sản và tư sản

y siempre se renueva como parte complementaria de la sociedad burguesa

và nó luôn tự đổi mới như một bộ phận bổ sung của xã hội tư sản

Sin embargo, los miembros individuales de esta clase son constantemente arrojados al proletariado

Tuy nhiên, các thành viên cá nhân của giai cấp này liên tục bị ném xuống giai cấp vô sản

son absorbidos por el proletariado a través de la acción de la competencia

Họ bị giai cấp vô sản hút lên thông qua hành động cạnh tranh

A medida que la industria moderna se desarrolla, incluso ven acercarse el momento en que desaparecerán por completo como sección independiente de la sociedad moderna

Khi ngành công nghiệp hiện đại phát triển, họ thậm chí còn nhìn thấy thời điểm đang đến gần khi họ sẽ hoàn toàn biến mất như một bộ phận độc lập của xã hội hiện đại

Serán reemplazados, en las manufacturas, la agricultura y el comercio, por vigilantes, alguaciles y tenderos

Chúng sẽ được thay thế, trong các nhà sản xuất, nông nghiệp và thương mại, bởi những người giám sát, thừa phát lại và người bán hàng

En países como Francia, donde los campesinos constituyen mucho más de la mitad de la población

Ở các nước như Pháp, nơi nông dân chiếm hơn một nửa dân số

era natural que hubiera escritores que se pusieran del lado del proletariado contra la burguesía

điều tự nhiên là có những nhà văn đứng về phía giai cấp vô sản chống lại giai cấp tư sản

en su crítica al régimen burgués utilizaron el estandarte de la pequeña burguesía campesina

trong việc phê phán chế độ tư sản, họ đã sử dụng tiêu chuẩn của giai cấp tư sản nông dân và tiểu tư sản

Y desde el punto de vista de estas clases intermedias, toman el garrote de la clase obrera

Và từ quan điểm của các giai cấp trung gian này, họ đảm nhận những cú hích cho giai cấp công nhân

Así surgió el socialismo pequeñoburgués, del que Sismondi era el jefe de esta escuela, no sólo en Francia, sino también en Inglaterra

Do đó, nảy sinh Chủ nghĩa xã hội tư sản nhỏ, trong đó Sismondi là người đứng đầu trường này, không chỉ ở Pháp mà còn ở Anh

Esta escuela del socialismo diseccionó con gran agudeza las contradicciones de las condiciones de producción moderna

Trường phái chủ nghĩa xã hội này đã mổ xẻ rất nhạy bén những mâu thuẫn trong điều kiện sản xuất hiện đại

Esta escuela puso al descubierto las apologías hipócritas de los economistas

Trường phái này đã vạch trần những lời xin lỗi đạo đức giả của các nhà kinh tế

Esta escuela demostró, incontrovertiblemente, los efectos desastrosos de la maquinaria y de la división del trabajo

Ngôi trường này đã chứng minh, không thể chối cãi, những tác động tai hại của máy móc và phân công lao động

Probó la concentración del capital y de la tierra en pocas manos

Nó đã chứng minh sự tập trung vốn và đất đai trong một vài bàn tay

demostró cómo la sobreproducción conduce a las crisis de la burguesía

nó đã chứng minh sản xuất dư thừa dẫn đến khủng hoảng tư sản như thế nào

señalaba la ruina inevitable de la pequeña burguesía y del campesino

nó chỉ ra sự hủy hoại không thể tránh khỏi của giai cấp tư sản và nông dân nhỏ

la miseria del proletariado, la anarquía en la producción, las desigualdades flagrantes en la distribución de la riqueza

sự khốn khổ của giai cấp vô sản, tình trạng vô chính phủ trong sản xuất, sự bất bình đẳng khóc lóc trong phân phối của cải

Mostró cómo el sistema de producción lidera la guerra industrial de exterminio entre naciones

Nó cho thấy hệ thống sản xuất dẫn đầu cuộc chiến tranh hủy diệt công nghiệp giữa các quốc gia như thế nào

la disolución de los viejos lazos morales, de las viejas relaciones familiares, de las viejas nacionalidades

sự tan rã của các mối ràng buộc đạo đức cũ, của các mối quan hệ gia đình cũ, của các dân tộc cũ

Sin embargo, en sus objetivos positivos, esta forma de socialismo aspira a lograr una de dos cosas

Tuy nhiên, trong những mục tiêu tích cực của nó, hình thức chủ nghĩa xã hội này mong muốn đạt được một trong hai điều

o bien pretende restaurar los antiguos medios de producción y de intercambio

hoặc nó nhằm mục đích khôi phục các phương tiện sản xuất và trao đổi cũ

y con los viejos medios de producción restauraría las viejas relaciones de propiedad y la vieja sociedad

và với tư liệu sản xuất cũ, nó sẽ khôi phục lại quan hệ sở hữu cũ và xã hội cũ

o pretende apretar los medios modernos de producción e intercambio en el viejo marco de las relaciones de propiedad

hoặc nó nhằm mục đích nhồi nhét các phương tiện sản xuất và trao đổi hiện đại vào khuôn khổ cũ của quan hệ sở hữu

En cualquier caso, es a la vez reaccionario y utópico

Trong cả hai trường hợp, nó vừa phản động vừa không tưởng

Sus últimas palabras son: gremios corporativos para la manufactura, relaciones patriarcales en la agricultura

Những lời cuối cùng của nó là: bang hội công ty sản xuất, quan hệ gia trưởng trong nông nghiệp

En última instancia, cuando los obstinados hechos históricos habían dispersado todos los efectos embriagadores del autoengaño

Cuối cùng, khi các sự kiện lịch sử cứng đầu đã phân tán tất cả các tác động say sưa của sự tự lừa dối

esta forma de socialismo terminó en un miserable ataque de lástima

hình thức chủ nghĩa xã hội này đã kết thúc trong một sự thương hại khốn khổ

c) Socialismo alemán o "verdadero"
c) Chủ nghĩa xã hội Đức, hoặc "Đúng",

La literatura socialista y comunista de Francia se originó
bajo la presión de una burguesía en el poder
Văn học xã hội chủ nghĩa và cộng sản Pháp bắt nguồn dưới áp
lực của giai cấp tư sản nắm quyền
Y esta literatura era la expresión de la lucha contra este
poder
Và văn học này là biểu hiện của cuộc đấu tranh chống lại
quyền lực này
se introdujo en Alemania en un momento en que la
burguesía acababa de comenzar su lucha contra el
absolutismo feudal
nó được du nhập vào Đức vào thời điểm giai cấp tư sản mới
bắt đầu cuộc cạnh tranh với chế độ tuyệt đối phong kiến
Los filósofos alemanes, los aspirantes a filósofos y los beaux
esprits, se apoderaron con avidez de esta literatura
Các triết gia Đức, những triết gia tương lai, và những người
theo chủ nghĩa esprits, háo hức nắm bắt tài liệu này
pero olvidaron que los escritos emigraron de Francia a
Alemania sin traer consigo las condiciones sociales francesas
nhưng họ quên rằng các tác phẩm di cư từ Pháp vào Đức mà
không mang theo các điều kiện xã hội Pháp
En contacto con las condiciones sociales alemanas, esta
literatura francesa perdió toda su significación práctica
inmediata
Tiếp xúc với điều kiện xã hội Đức, văn học Pháp này đã mất
tất cả ý nghĩa thực tiễn ngay lập tức
y la literatura comunista de Francia asumió un aspecto
puramente literario en los círculos académicos alemanes
và văn học Cộng sản Pháp giả định một khía cạnh văn học
thuần túy trong giới học thuật Đức
Así, las exigencias de la primera Revolución Francesa no
eran más que las exigencias de la "Razón Práctica"

Do đó, những đòi hỏi của Cách mạng Pháp lần thứ nhất không gì khác hơn là những đòi hỏi của "Lý do thực tiễn"

y la expresión de la voluntad de la burguesía revolucionaria francesa significaba a sus ojos la ley de la voluntad pura

và lời thốt ra ý chí của giai cấp tư sản cách mạng Pháp biểu thị trong mắt họ quy luật ý chí trong sáng

significaba la Voluntad tal como estaba destinada a ser; de la verdadera Voluntad humana en general

nó biểu thị Ý chí như nó bị ràng buộc; của ý chí con người thực sự nói chung

El mundo de los literatos alemanes consistía únicamente en armonizar las nuevas ideas francesas con su antigua conciencia filosófica

Thế giới của giới văn học Đức chỉ bao gồm việc đưa những ý tưởng mới của Pháp vào sự hài hòa với lương tâm triết học cổ xưa của họ

o mejor dicho, se anexionaron las ideas francesas sin abandonar su propio punto de vista filosófico

hay đúng hơn, họ thôn tính các tư tưởng của Pháp mà không từ bỏ quan điểm triết học của riêng họ

Esta anexión se llevó a cabo de la misma manera en que se apropia una lengua extranjera, es decir, por traducción

Sự sáp nhập này diễn ra giống như cách mà một ngôn ngữ nước ngoài bị chiếm đoạt, cụ thể là bằng cách dịch

Es bien sabido cómo los monjes escribieron vidas tontas de santos católicos sobre manuscritos

Ai cũng biết các tu sĩ đã viết những cuộc đời ngớ ngẩn của các Thánh Công giáo như thế nào trên các bản thảo

los manuscritos sobre los que se habían escrito las obras clásicas del antiguo paganismo

Các bản thảo mà trên đó các tác phẩm cổ điển của Heathendom cổ đại đã được viết

Los literatos alemanes invirtieron este proceso con la literatura profana francesa

Giới văn học Đức đã đảo ngược quá trình này bằng văn học Pháp tục tĩu

Escribieron sus tonterías filosóficas bajo el original francés

Họ đã viết những điều vô nghĩa triết học của họ bên dưới bản gốc tiếng Pháp

Por ejemplo, debajo de la crítica francesa a las funciones económicas del dinero, escribieron "Alienación de la humanidad"

Chẳng hạn, bên dưới những lời chỉ trích của Pháp về các chức năng kinh tế của tiền, họ đã viết "Sự tha hóa của nhân loại"

debajo de la crítica francesa al Estado burgués escribieron "destronamiento de la categoría de general"

dưới sự chỉ trích của Pháp đối với Nhà nước Tư sản, họ đã viết "truất ngôi Thể loại tướng"

La introducción de estas frases filosóficas en el reverso de las críticas históricas francesas las denominó:

Sự ra đời của những cụm từ triết học này ở phía sau những lời phê bình lịch sử Pháp mà họ đặt tên:

"Filosofía de la acción", "Socialismo verdadero", "Ciencia alemana del socialismo", "Fundamentos filosóficos del socialismo", etc

"Triết học hành động", "Chủ nghĩa xã hội đích thực", "Khoa học chủ nghĩa xã hội Đức", "Nền tảng triết học của chủ nghĩa xã hội", v.v

De este modo, la literatura socialista y comunista francesa quedó completamente castrada

Văn học xã hội chủ nghĩa và cộng sản Pháp vì thế hoàn toàn bị suy yếu

en manos de los filósofos alemanes dejó de expresar la lucha de una clase con la otra

trong tay các nhà triết học Đức, nó không còn thể hiện cuộc đấu tranh của giai cấp này với giai cấp khác

y así los filósofos alemanes se sintieron conscientes de haber superado la "unilateralidad francesa"

và vì vậy các nhà triết học Đức cảm thấy ý thức được đã vượt qua "tính một chiều của Pháp"

no tenía que representar requisitos verdaderos, sino que representaba requisitos de verdad

Nó không phải đại diện cho những đòi hỏi thực sự, thay vào đó, nó đại diện cho những đòi hỏi của sự thật

no había interés en el proletariado, más bien, había interés en la Naturaleza Humana

không có hứng thú với giai cấp vô sản, thay vào đó, có sự quan tâm đến Bản chất con người

el interés estaba en el Hombre en general, que no pertenece a ninguna clase y no tiene realidad

mối quan tâm là Con người nói chung, người không thuộc về giai cấp và không có thực tế

Un hombre que sólo existe en el brumoso reino de la fantasía filosófica

Một người đàn ông chỉ tồn tại trong cõi sương mù của tưởng tượng triết học

pero con el tiempo este colegial socialismo alemán también perdió su inocencia pedante

nhưng cuối cùng cậu học sinh Chủ nghĩa xã hội Đức này cũng mất đi sự ngây thơ mô phạm

la burguesía alemana, y especialmente la burguesía prusiana, lucharon contra la aristocracia feudal

giai cấp tư sản Đức, và đặc biệt là giai cấp tư sản Phổ đã chiến đấu chống lại chế độ quý tộc phong kiến

la monarquía absoluta de Alemania y Prusia también estaba siendo combatida

chế độ quân chủ tuyệt đối của Đức và Phổ cũng đang bị chống lại

Y a su vez, la literatura del movimiento liberal también se hizo más seria

Và đến lượt mình, văn học của phong trào tự do cũng trở nên nghiêm túc hơn

Se le ofreció a Alemania la tan deseada oportunidad del "verdadero" socialismo

Cơ hội mong muốn từ lâu của Đức cho chủ nghĩa xã hội "thực sự" đã được cung cấp

la oportunidad de confrontar al movimiento político con las reivindicaciones socialistas

cơ hội đối đầu với phong trào chính trị với các yêu cầu xã hội chủ nghĩa;

la oportunidad de lanzar los anatemas tradicionales contra el liberalismo

Cơ hội ném những lời nguyền rủa truyền thống chống lại chủ nghĩa tự do

la oportunidad de atacar al gobierno representativo y a la competencia burguesa

cơ hội tấn công chính phủ đại diện và cạnh tranh tư sản

Libertad de prensa burguesa, Legislación burguesa, Libertad e igualdad burguesa

Tư sản tự do báo chí, pháp luật tư sản, tự do và bình đẳng tư sản

Todo esto ahora podría ser criticado en el mundo real, en lugar de en la fantasía

Tất cả những điều này bây giờ có thể được phê bình trong thế giới thực, thay vì trong tưởng tượng

La aristocracia feudal y la monarquía absoluta habían predicado durante mucho tiempo a las masas

Chế độ quý tộc phong kiến và chế độ quân chủ tuyệt đối từ lâu đã rao giảng cho quần chúng

"El obrero no tiene nada que perder y tiene todo que ganar"

"Người lao động không có gì để mất, và anh ta có mọi thứ để đạt được"

el movimiento burgués también ofrecía la oportunidad de hacer frente a estos tópicos

phong trào tư sản cũng tạo cơ hội để đối đầu với những lời nhàm chán này

la crítica francesa presuponía la existencia de la sociedad burguesa moderna

sự chỉ trích của Pháp giả định sự tồn tại của xã hội tư sản hiện đại

Las condiciones económicas de existencia de la burguesía y la constitución política de la burguesía

Điều kiện kinh tế tư sản tồn tại và hiến pháp chính trị tư sản

las mismas cosas cuya consecución era el objeto de la lucha pendiente en Alemania

chính những điều mà thành tựu của họ là đối tượng của cuộc đấu tranh đang chờ xử lý ở Đức

El estúpido eco del socialismo alemán abandonó estos objetivos justo a tiempo

Tiếng vang ngớ ngẩn của chủ nghĩa xã hội Đức đã từ bỏ những mục tiêu này chỉ trong một khoảng thời gian ngắn

Los gobiernos absolutos tenían sus seguidores de párrocos, profesores, escuderos y funcionarios

Các chính phủ tuyệt đối có những người theo dõi các giáo sĩ, giáo sư, cận vệ và quan chức quốc gia

el gobierno de la época se enfrentó a los levantamientos de la clase obrera alemana con azotes y balas

chính phủ thời đó đã gặp phải sự trỗi dậy của tầng lớp lao động Đức bằng những cú đánh và đạn

para ellos este socialismo servía de espantapájaros contra la burguesía amenazadora

đối với họ, chủ nghĩa xã hội này phục vụ như một bù nhìn chào đón chống lại giai cấp tư sản đe dọa

y el gobierno alemán pudo ofrecer un postre dulce después de las píldoras amargas que repartió

và chính phủ Đức đã có thể cung cấp một món tráng miệng ngọt ngào sau những viên thuốc đắng mà họ phát ra

este "verdadero" socialismo servía así a los gobiernos como arma para combatir a la burguesía alemana

Do đó, chủ nghĩa xã hội "chân chính" này phục vụ các chính phủ như một vũ khí để chống lại giai cấp tư sản Đức

y, al mismo tiempo, representaba directamente un interés reaccionario; la de los filisteos alemanes

đồng thời, trực tiếp đại diện cho lợi ích phản động; của người Philistines Đức

En Alemania, la pequeña burguesía es la verdadera base social del actual estado de cosas

Ở Đức, giai cấp tư sản nhỏ là cơ sở xã hội thực sự của tình trạng hiện tại

Una reliquia del siglo XVI que ha ido surgiendo constantemente bajo diversas formas

Một di tích của thế kỷ XVI đã liên tục được cắt xén dưới nhiều hình thức khác nhau

Preservar esta clase es preservar el estado de cosas existente en Alemania

Để bảo tồn giai cấp này là bảo tồn tình trạng hiện có của sự vật ở Đức

La supremacía industrial y política de la burguesía amenaza a la pequeña burguesía con una destrucción segura

Quyền lực tối cao về công nghiệp và chính trị của giai cấp tư sản đe dọa giai cấp tư sản nhỏ với sự hủy diệt nhất định

por un lado, amenaza con destruir a la pequeña burguesía a través de la concentración del capital

một mặt, nó đe dọa tiêu diệt giai cấp tư sản nhỏ thông qua việc tập trung tư bản

por otra parte, la burguesía amenaza con destruirla mediante el ascenso de un proletariado revolucionario

mặt khác, giai cấp tư sản đe dọa tiêu diệt nó thông qua sự trỗi dậy của giai cấp vô sản cách mạng

El "verdadero" socialismo parecía matar estos dos pájaros de un tiro. Se extendió como una epidemia

Chủ nghĩa xã hội "thật" dường như giết chết hai con chim này bằng một hòn đá. Nó lây lan như một dịch bệnh

El manto de telarañas especulativas, bordado con flores de retórica, empapado en el rocío de un sentimiento enfermizo

Chiếc áo choàng mạng nhện đầu cơ, thêu hoa hùng biện, ngập trong sương của tình cảm bệnh hoạn

esta túnica trascendental en la que los socialistas alemanes envolvían sus tristes "verdades eternas"

chiếc áo choàng siêu việt này trong đó những người Xã hội Đức bọc "sự thật vĩnh cửu" đáng tiếc của họ

toda la piel y los huesos, sirvieron para aumentar maravillosamente la venta de sus productos entre un público tan

tất cả da và xương, phục vụ để tăng doanh số bán hàng hóa của họ một cách tuyệt vời giữa một công chúng như vậy

Y por su parte, el socialismo alemán reconocía, cada vez más, su propia vocación

Và về phần mình, chủ nghĩa xã hội Đức ngày càng nhận ra tiếng gọi của chính mình

estaba llamado a ser el grandilocuente representante de la pequeña burguesía filistea

nó được gọi là đại diện khoa trương của tiểu tư sản Philistine

Proclamaba que la nación alemana era la nación modelo, y que el pequeño filisteo alemán era el hombre modelo

Nó tuyên bố quốc gia Đức là quốc gia kiểu mẫu, và Philistine nhỏ bé người Đức là người đàn ông mẫu mực

A cada maldad malvada de este hombre modelo le daba una interpretación socialista oculta y superior

Đối với mỗi ý nghĩa xấu xa của người đàn ông kiểu mẫu này, nó đã đưa ra một cách giải thích xã hội chủ nghĩa ẩn giấu, cao hơn,

esta interpretación socialista superior era exactamente lo contrario de su carácter real

cách giải thích xã hội chủ nghĩa cao hơn này hoàn toàn trái ngược với đặc điểm thực sự của nó

Llegó al extremo de oponerse directamente a la tendencia "brutalmente destructiva" del comunismo

Nó đã đi đến cực hạn để trực tiếp chống lại xu hướng "phá hoại tàn bạo" của chủ nghĩa cộng sản

y proclamó su supremo e imparcial desprecio de todas las luchas de clases

và nó tuyên bố sự khinh miệt tối cao và vô tư của nó đối với tất cả các cuộc đấu tranh giai cấp

Con muy pocas excepciones, todas las publicaciones llamadas socialistas y comunistas que ahora (1847) circulan en Alemania pertenecen al dominio de esta literatura sucia y enervante

Với rất ít ngoại lệ, tất cả các ấn phẩm được gọi là Xã hội chủ nghĩa và Cộng sản mà bây giờ (1847) lưu hành ở Đức đều thuộc về lĩnh vực văn học hôi thối và tràn đầy năng lượng này

2) Socialismo conservador o socialismo burgués
2) Chủ nghĩa xã hội bảo thủ, hay chủ nghĩa xã hội tư sản

Una parte de la burguesía está deseosa de reparar los agravios sociales
Một bộ phận của giai cấp tư sản mong muốn giải quyết những bất bình xã hội
con el fin de asegurar la continuidad de la sociedad burguesa
nhằm bảo đảm sự tồn tại liên tục của xã hội tư sản
A esta sección pertenecen economistas, filántropos, humanistas
Phần này thuộc về các nhà kinh tế, nhà từ thiện, nhà nhân đạo
mejoradores de la condición de la clase obrera y organizadores de la caridad
cải thiện tình trạng của giai cấp công nhân và những người tổ chức từ thiện
Miembros de las Sociedades para la Prevención de la Crueldad contra los Animales
thành viên của các hiệp hội phòng chống tàn ác đối với động vật
fanáticos de la templanza, reformadores de todo tipo imaginable
Những kẻ cuồng tín ôn hòa, những nhà cải cách lỗ hổng và góc khuất của mọi loại có thể tưởng tượng được
Esta forma de socialismo, además, ha sido elaborada en sistemas completos
Hơn nữa, hình thức chủ nghĩa xã hội này đã được thực hiện thành các hệ thống hoàn chỉnh

Podemos citar la "Philosophie de la Misère" de Proudhon como ejemplo de esta forma

Chúng ta có thể trích dẫn "Philosophie de la Misère" của Proudhon như một ví dụ về hình thức này

La burguesía socialista quiere todas las ventajas de las condiciones sociales modernas

Giai cấp tư sản xã hội chủ nghĩa muốn tất cả những lợi thế của điều kiện xã hội hiện đại

pero la burguesía socialista no quiere necesariamente las luchas y los peligros resultantes

nhưng giai cấp tư sản xã hội chủ nghĩa không nhất thiết muốn kết quả đấu tranh và nguy hiểm

Desean el estado actual de la sociedad, menos sus elementos revolucionarios y desintegradores

Họ mong muốn tình trạng hiện tại của xã hội, trừ đi các yếu tố cách mạng và tan rã của nó

en otras palabras, desean una burguesía sin proletariado

nói cách khác, họ mong muốn một giai cấp tư sản không có giai cấp vô sản

La burguesía concibe naturalmente el mundo en el que es supremo ser el mejor

Giai cấp tư sản tự nhiên quan niệm thế giới trong đó nó là tối cao để trở thành tốt nhất

y el socialismo burgués desarrolla esta cómoda concepción en varios sistemas más o menos completos

và chủ nghĩa xã hội tư sản phát triển quan niệm thoải mái này thành nhiều hệ thống ít nhiều hoàn chỉnh

les gustaría mucho que el proletariado marchara directamente hacia la Nueva Jerusalén social

họ rất muốn giai cấp vô sản tiến thẳng vào xã hội New Jerusalem

pero en realidad requiere que el proletariado permanezca dentro de los límites de la sociedad existente

Nhưng trên thực tế, nó đòi hỏi giai cấp vô sản phải ở trong giới hạn của xã hội hiện hữu

piden al proletariado que abandone todas sus ideas odiosas sobre la burguesía

họ yêu cầu giai cấp vô sản vứt bỏ mọi tư tưởng thù hận của họ liên quan đến giai cấp tư sản

hay una segunda forma más práctica, pero menos sistemática, de este socialismo

có một hình thức thứ hai thực tế hơn, nhưng ít hệ thống hơn, của chủ nghĩa xã hội này

Esta forma de socialismo buscaba despreciar todo movimiento revolucionario a los ojos de la clase obrera

Hình thức chủ nghĩa xã hội này đã tìm cách hạ thấp mọi phong trào cách mạng trong mắt giai cấp công nhân

Argumentan que ninguna mera reforma política podría ser ventajosa para ellos

Họ lập luận rằng không có cải cách chính trị đơn thuần nào có thể mang lại bất kỳ lợi thế nào cho họ

Sólo un cambio en las condiciones materiales de existencia en las relaciones económicas es beneficioso

Chỉ có một sự thay đổi trong các điều kiện vật chất của sự tồn tại trong quan hệ kinh tế là có lợi

Al igual que el comunismo, esta forma de socialismo aboga por un cambio en las condiciones materiales de existencia

Giống như chủ nghĩa cộng sản, hình thức chủ nghĩa xã hội này chủ trương thay đổi các điều kiện vật chất của sự tồn tại

sin embargo, esta forma de socialismo no sugiere en modo alguno la abolición de las relaciones de producción burguesas

tuy nhiên, hình thức chủ nghĩa xã hội này không có nghĩa là xóa bỏ quan hệ sản xuất tư sản

la abolición de las relaciones de producción burguesas sólo puede lograrse mediante una revolución

việc xóa bỏ quan hệ sản xuất tư sản chỉ có thể đạt được thông qua một cuộc cách mạng

Pero en lugar de una revolución, esta forma de socialismo sugiere reformas administrativas

Nhưng thay vì một cuộc cách mạng, hình thức chủ nghĩa xã hội này gợi ý cải cách hành chính

y estas reformas administrativas se basarían en la continuidad de estas relaciones

Và những cải cách hành chính này sẽ dựa trên sự tồn tại liên tục của các mối quan hệ này

reformas, por lo tanto, que no afectan en ningún aspecto a las relaciones entre el capital y el trabajo

Do đó, cải cách không ảnh hưởng đến quan hệ giữa tư bản và lao động

en el mejor de los casos, tales reformas disminuyen el costo y simplifican el trabajo administrativo del gobierno burgués

tốt nhất, những cải cách như vậy làm giảm chi phí và đơn giản hóa công việc hành chính của chính phủ tư sản

El socialismo burgués alcanza una expresión adecuada cuando, y sólo cuando, se convierte en una mera figura retórica

Chủ nghĩa xã hội tư sản đạt được sự thể hiện đầy đủ, khi nào, và chỉ khi, nó trở thành một hình ảnh đơn thuần của lời nói

Libre comercio: en beneficio de la clase obrera

Thương mại tự do: vì lợi ích của giai cấp công nhân

Deberes protectores: en beneficio de la clase obrera

Nhiệm vụ bảo vệ: vì lợi ích của giai cấp công nhân

Reforma Penitenciaria: en beneficio de la clase trabajadora

Cải cách nhà tù: vì lợi ích của giai cấp công nhân

Esta es la última palabra y la única palabra seria del socialismo burgués

Đây là lời cuối cùng và là từ có ý nghĩa nghiêm túc duy nhất của chủ nghĩa xã hội tư sản

Se resume en la frase: la burguesía es una burguesía en beneficio de la clase obrera

Nó được tóm tắt trong cụm từ: giai cấp tư sản là một giai cấp tư sản vì lợi ích của giai cấp công nhân

3) Socialismo crítico-utópico y comunismo

3) Chủ nghĩa xã hội và chủ nghĩa cộng sản không tưởng phê phán

No nos referimos aquí a esa literatura que siempre ha dado voz a las reivindicaciones del proletariado

Ở đây chúng ta không đề cập đến nền văn học luôn luôn nói lên những đòi hỏi của giai cấp vô sản

esto ha estado presente en todas las grandes revoluciones modernas, como los escritos de Babeuf y otros

điều này đã có mặt trong mọi cuộc cách mạng hiện đại vĩ đại, chẳng hạn như các tác phẩm của Babeuf và những người khác

Las primeras tentativas directas del proletariado para alcanzar sus propios fines fracasaron necesariamente

Những nỗ lực trực tiếp đầu tiên của giai cấp vô sản để đạt được mục đích riêng của mình nhất thiết đã thất bại

Estos intentos se hicieron en tiempos de excitación universal, cuando la sociedad feudal estaba siendo derrocada

Những nỗ lực này được thực hiện trong thời kỳ phấn khích phổ quát, khi xã hội phong kiến bị lật đổ

El entonces subdesarrollado del proletariado llevó a que fracasaran esos intentos

Nhà nước vô sản lúc đó chưa phát triển đã dẫn đến những nỗ lực đó thất bại

y fracasaron por la ausencia de las condiciones económicas para su emancipación

Và họ đã thất bại do không có điều kiện kinh tế để giải phóng nó

condiciones que aún no se habían producido, y que sólo podían ser producidas por la inminente época de la burguesía

những điều kiện chưa được tạo ra, và chỉ có thể được tạo ra bởi thời đại tư sản sắp xảy ra

La literatura revolucionaria que acompañó a estos primeros movimientos del proletariado tuvo necesariamente un carácter reaccionario

Văn học cách mạng đi kèm với những phong trào đầu tiên của giai cấp vô sản nhất thiết phải có tính chất phản động

Esta literatura inculcó el ascetismo universal y la nivelación social en su forma más cruda

Văn học này khắc sâu chủ nghĩa khổ hạnh phổ quát và san bằng xã hội ở dạng thô sơ nhất của nó

Los sistemas socialista y comunista, propiamente dichos, surgen en el período temprano no desarrollado

Các hệ thống xã hội chủ nghĩa và cộng sản, được gọi đúng như vậy, xuất hiện trong thời kỳ đầu chưa phát triển

Saint-Simon, Fourier, Owen y otros, describieron la lucha entre el proletariado y la burguesía (ver sección 1)

Saint-Simon, Fourier, Owen và những người khác, đã mô tả cuộc đấu tranh giữa giai cấp vô sản và giai cấp tư sản (xem Phần 1)

Los fundadores de estos sistemas ven, en efecto, los antagonismos de clase

Những người sáng lập ra các hệ thống này thực sự nhìn thấy sự đối kháng giai cấp

también ven la acción de los elementos en descomposición, en la forma predominante de la sociedad

Họ cũng nhìn thấy hành động của các yếu tố phân hủy, trong hình thức phổ biến của xã hội

Pero el proletariado, todavía en su infancia, les ofrece el espectáculo de una clase sin ninguna iniciativa histórica

Nhưng giai cấp vô sản, vẫn còn trong giai đoạn sơ khai, mang đến cho họ cảnh tượng của một giai cấp không có bất kỳ sáng kiến lịch sử nào

Ven el espectáculo de una clase social sin ningún movimiento político independiente

Họ nhìn thấy cảnh tượng của một tầng lớp xã hội không có bất kỳ phong trào chính trị độc lập nào

El desarrollo del antagonismo de clase sigue el mismo ritmo que el desarrollo de la industria

Sự phát triển của sự đối kháng giai cấp theo kịp với sự phát triển của công nghiệp

De modo que la situación económica no les ofrece todavía las condiciones materiales para la emancipación del proletariado

Vì vậy, tình hình kinh tế chưa cung cấp cho họ những điều kiện vật chất để giải phóng giai cấp vô sản

Por lo tanto, buscan una nueva ciencia social, nuevas leyes sociales, que creen estas condiciones

Do đó, họ tìm kiếm một khoa học xã hội mới, theo sau các luật xã hội mới, để tạo ra những điều kiện này

acción histórica es ceder a su acción inventiva personal

Hành động lịch sử là nhượng bộ hành động sáng tạo cá nhân của họ

Las condiciones de emancipación creadas históricamente han de ceder ante condiciones fantásticas

Các điều kiện giải phóng được tạo ra trong lịch sử là nhường chỗ cho những điều kiện tuyệt vời

y la organización gradual y espontánea de clase del proletariado debe ceder ante la organización de la sociedad

và tổ chức giai cấp dần dần, tự phát của giai cấp vô sản là nhường nhịn tổ chức xã hội

la organización de la sociedad especialmente ideada por estos inventores

Tổ chức xã hội được tạo ra đặc biệt bởi những nhà phát minh này

La historia futura se resuelve, a sus ojos, en la propaganda y en la realización práctica de sus planes sociales

Lịch sử tương lai tự giải quyết, trong mắt họ, vào việc tuyên truyền và thực hiện thực tế các kế hoạch xã hội của họ

En la formación de sus planes son conscientes de preocuparse principalmente por los intereses de la clase obrera

Trong việc hình thành các kế hoạch của họ, họ có ý thức quan
tâm chủ yếu đến lợi ích của giai cấp công nhân

**Sólo desde el punto de vista de ser la clase más sufriente
existe el proletariado para ellos**

Chỉ từ quan điểm là giai cấp đau khổ nhất, giai cấp vô sản mới
tồn tại đối với họ

**El estado subdesarrollado de la lucha de clases y su propio
entorno informan sus opiniones**

Tình trạng chưa phát triển của cuộc đấu tranh giai cấp và môi
trường xung quanh của chính họ thông báo cho ý kiến của họ

**Los socialistas de este tipo se consideran muy superiores a
todos los antagonismos de clase**

Những người xã hội chủ nghĩa thuộc loại này tự coi mình
vượt trội hơn nhiều so với tất cả các đối kháng giai cấp

**Quieren mejorar la condición de todos los miembros de la
sociedad, incluso la de los más favorecidos**

Họ muốn cải thiện điều kiện của mọi thành viên trong xã hội,
ngay cả những người được ưu ái nhất

**De ahí que habitualmente atraigan a la sociedad en general,
sin distinción de clase**

Do đó, họ có thói quen thu hút xã hội nói chung, không phân
biệt giai cấp

**Es más, apelan a la sociedad en general con preferencia a la
clase dominante**

Không, họ thu hút xã hội nói chung bằng cách ưu tiên cho giai
cấp thống trị

**Para ellos, todo lo que se requiere es que los demás
entiendan su sistema**

Đối với họ, tất cả những gì nó đòi hỏi là để người khác hiểu hệ
thống của họ

**Porque, ¿cómo puede la gente no ver que el mejor plan
posible es para el mejor estado posible de la sociedad?**

Bởi vì làm thế nào mọi người có thể không thấy rằng kế hoạch
tốt nhất có thể là cho tình trạng tốt nhất có thể của xã hội?

**Por lo tanto, rechazan toda acción política, y especialmente
toda acción revolucionaria**

Do đó, họ bác bỏ mọi hành động chính trị, và đặc biệt là tất cả các hành động cách mạng

desean alcanzar sus fines por medios pacíficos

Họ muốn đạt được mục đích của họ bằng các biện pháp hòa bình

se esfuerzan, mediante pequeños experimentos, que están necesariamente condenados al fracaso

Họ nỗ lực, bằng những thí nghiệm nhỏ, nhất thiết phải cam chịu thất bại

y con la fuerza del ejemplo tratan de abrir el camino al nuevo Evangelio social

và bằng sức mạnh của tấm gương, họ cố gắng mở đường cho Tin Mừng xã hội mới

Cuadros tan fantásticos de la sociedad futura, pintados en un momento en que el proletariado se encuentra todavía en un estado muy subdesarrollado

Những bức tranh tuyệt vời như vậy về xã hội tương lai, được vẽ vào thời điểm giai cấp vô sản vẫn còn trong tình trạng rất kém phát triển

y todavía no tiene más que una concepción fantástica de su propia posición

Và nó vẫn chỉ có một quan niệm tuyệt vời về vị trí riêng của nó

pero sus primeros anhelos instintivos corresponden a los anhelos del proletariado

Nhưng những khao khát bản năng đầu tiên của họ tương ứng với những khao khát của giai cấp vô sản

Ambos anhelan una reconstrucción general de la sociedad

Cả hai đều khao khát một sự tái thiết chung của xã hội

Pero estas publicaciones socialistas y comunistas también contienen un elemento crítico

Nhưng những ấn phẩm xã hội chủ nghĩa và cộng sản này cũng chứa đựng một yếu tố quan trọng

Atacan todos los principios de la sociedad existente

Họ tấn công mọi nguyên tắc của xã hội hiện tại

De ahí que estén llenos de los materiales más valiosos para la ilustración de la clase obrera

Do đó, chúng có đầy đủ các tài liệu quý giá nhất cho sự giác ngộ của giai cấp công nhân

Proponen la abolición de la distinción entre la ciudad y el campo, y la familia

Họ đề nghị bãi bỏ sự phân biệt giữa thị trấn và nông thôn, và gia đình

la supresión de la explotación de industrias por cuenta de los particulares

bãi bỏ việc thực hiện các ngành công nghiệp cho tài khoản của các cá nhân tư nhân

y la abolición del sistema salarial y la proclamación de la armonía social

và bãi bỏ hệ thống tiền lương và tuyên bố hòa hợp xã hội

la conversión de las funciones del Estado en una mera superintendencia de la producción

chuyển đổi các chức năng của Nhà nước thành giám sát sản xuất đơn thuần

Todas estas propuestas, apuntan únicamente a la desaparición de los antagonismos de clase

Tất cả những đề xuất này, chỉ chỉ ra sự biến mất của sự đối kháng giai cấp

Los antagonismos de clase estaban, en ese momento, apenas surgiendo

Sự đối kháng giai cấp, vào thời điểm đó, chỉ mới xuất hiện

En estas publicaciones estos antagonismos de clase se reconocen sólo en sus formas más tempranas, indistintas e indefinidas

Trong các ấn phẩm này, các đối kháng giai cấp này chỉ được công nhận ở dạng sớm nhất, không rõ ràng và không xác định

Estas propuestas, por lo tanto, son de carácter puramente utópico

Do đó, những đề xuất này có tính chất hoàn toàn không tưởng

La importancia del socialismo crítico-utópico y del comunismo guarda una relación inversa con el desarrollo histórico

Tầm quan trọng của chủ nghĩa xã hội và chủ nghĩa cộng sản phê phán-không tưởng có mối quan hệ nghịch đảo với sự phát triển lịch sử

La lucha de clases moderna se desarrollará y continuará tomando forma definitiva

Cuộc đấu tranh giai cấp hiện đại sẽ phát triển và tiếp tục hình thành nhất định

Esta fantástica posición del concurso perderá todo valor práctico

Vị trí tuyệt vời này từ cuộc thi sẽ mất tất cả giá trị thực tế

Estos fantásticos ataques a los antagonismos de clase perderán toda justificación teórica

Những cuộc tấn công tuyệt vời này vào sự đối kháng giai cấp sẽ mất tất cả sự biện minh lý thuyết

Los creadores de estos sistemas fueron, en muchos aspectos, revolucionarios

Những người khởi xướng các hệ thống này, trong nhiều khía cạnh, là một cuộc cách mạng

pero sus discípulos han formado, en todos los casos, meras sectas reaccionarias

Nhưng các đệ tử của họ, trong mọi trường hợp, đã hình thành các giáo phái phản động đơn thuần

Se aferran firmemente a los puntos de vista originales de sus amos

Họ giữ chặt quan điểm ban đầu của chủ nhân của họ

Pero estos puntos de vista se oponen al desarrollo histórico progresivo del proletariado

Nhưng những quan điểm này trái ngược với sự phát triển lịch sử tiến bộ của giai cấp vô sản

Por lo tanto, se esfuerzan, y eso de manera consecuente, por amortiguar la lucha de clases

Do đó, họ cố gắng, và điều đó một cách nhất quán, để làm chết cuộc đấu tranh giai cấp

y se esfuerzan constantemente por reconciliar los antagonismos de clase

và họ luôn nỗ lực để hòa giải sự đối kháng giai cấp

Todavía sueñan con la realización experimental de sus utopías sociales

Họ vẫn mơ ước thực hiện thực nghiệm những điều không tưởng xã hội của họ

todavía sueñan con fundar "falansterios" aislados y establecer "colonias domésticas"

họ vẫn mơ ước thành lập "phalansteres" bị cô lập và thành lập "Thuộc địa nhà"

sueñan con establecer una "Pequeña Icaria": ediciones duodécimas de la Nueva Jerusalén

họ mơ ước thiết lập một "Little Icaria" — phiên bản duodecimo của Jerusalem Mới

y sueñan con realizar todos estos castillos en el aire

Và họ mơ ước nhận ra tất cả những lâu đài này trên không

se ven obligados a apelar a los sentimientos y a las carteras de los burgueses

Họ buộc phải thu hút cảm xúc và ví tiền của giai cấp tư sản

Poco a poco se hunden en la categoría de los socialistas conservadores reaccionarios descritos anteriormente

Theo mức độ, họ chìm vào phạm trù của những người xã hội chủ nghĩa bảo thủ phản động được mô tả ở trên

sólo se diferencian de ellos por una pedantería más sistemática

Chúng khác với những điều này chỉ bởi phương pháp sư phạm có hệ thống hơn

y se diferencian por su creencia fanática y supersticiosa en los efectos milagrosos de su ciencia social

Và họ khác nhau bởi niềm tin cuồng tín và mê tín dị đoan của họ vào những tác động kỳ diệu của khoa học xã hội của họ

Por lo tanto, se oponen violentamente a toda acción política por parte de la clase obrera

Do đó, họ phản đối dữ dội mọi hành động chính trị từ phía giai cấp công nhân

tal acción, según ellos, sólo puede ser el resultado de una ciega incredulidad en el nuevo Evangelio

Hành động như vậy, theo họ, chỉ có thể là kết quả của sự không tin mù quáng vào Tin Mừng mới

Los owenistas en Inglaterra y los fourieristas en Francia, respectivamente, se oponen a los cartistas y a los reformistas

Người Owenites ở Anh và Fourierists ở Pháp, tương ứng, phản đối Chartists và "Réformistes"

Posición de los comunistas en relación con los diversos partidos de oposición existentes

Lập trường của những người cộng sản trong mối quan hệ với các đảng đối lập hiện có khác nhau

La sección II ha dejado claras las relaciones de los comunistas con los partidos obreros existentes

Phần II đã làm rõ mối quan hệ của những người cộng sản với các đảng của giai cấp công nhân hiện tại

como los cartistas en Inglaterra y los reformadores agrarios en América

chẳng hạn như Chartists ở Anh, và các nhà cải cách nông nghiệp ở Mỹ

Los comunistas luchan por el logro de los objetivos inmediatos

Những người cộng sản đấu tranh để đạt được các mục tiêu trước mắt

Luchan por la imposición de los intereses momentáneos de la clase obrera

Họ đấu tranh cho việc thực thi các lợi ích nhất thời của giai cấp công nhân

Pero en el movimiento político del presente, también representan y cuidan el futuro de ese movimiento

Nhưng trong phong trào chính trị của hiện tại, họ cũng đại diện và chăm sóc tương lai của phong trào đó

En Francia, los comunistas se alían con los socialdemócratas

Ở Pháp, những người Cộng sản liên minh với Đảng Dân chủ Xã hội

y se posicionan contra la burguesía conservadora y radical

và họ tự đặt mình vào vị trí chống lại giai cấp tư sản bảo thủ và cấp tiến

sin embargo, se reservan el derecho de tomar una posición crítica respecto de las frases e ilusiones tradicionalmente transmitidas desde la gran Revolución

tuy nhiên, họ có quyền chiếm một vị trí quan trọng liên quan đến các cụm từ và ảo tưởng truyền thống được lưu truyền từ cuộc Cách mạng vĩ đại

En Suiza apoyan a los radicales, sin perder de vista que este partido está formado por elementos antagónicos

Ở Thụy Sĩ, họ ủng hộ những người cấp tiến, mà không đánh mất sự thật rằng đảng này bao gồm các yếu tố đối kháng

en parte de los socialistas democráticos, en el sentido francés, en parte de la burguesía radical

một phần của những người xã hội chủ nghĩa dân chủ, theo nghĩa của Pháp, một phần của giai cấp tư sản cấp tiến

En Polonia apoyan al partido que insiste en la revolución agraria como condición primordial para la emancipación nacional

Ở Ba Lan, họ ủng hộ đảng khăng khăng đòi một cuộc cách mạng nông nghiệp như là điều kiện chính để giải phóng dân tộc

el partido que fomentó la insurrección de Cracovia en 1846

đảng đó đã xúi giục cuộc nổi dậy của Cracow năm 1846

En Alemania luchan con la burguesía cada vez que ésta actúa de manera revolucionaria

Ở Đức, họ chiến đấu với giai cấp tư sản bất cứ khi nào nó hành động một cách mạng

contra la monarquía absoluta, la nobleza feudal y la pequeña burguesía

chống lại chế độ quân chủ tuyệt đối, chế độ cận vệ phong kiến và giai cấp tư sản nhỏ

Pero no cesan, ni por un solo instante, de inculcar en la clase obrera una idea particular

Nhưng họ không bao giờ ngừng, trong một khoảnh khắc, để thấm nhuần vào giai cấp công nhân một ý tưởng cụ thể

el reconocimiento más claro posible del antagonismo hostil entre la burguesía y el proletariado

sự thừa nhận rõ ràng nhất có thể về sự đối kháng thù địch giữa giai cấp tư sản và giai cấp vô sản

para que los obreros alemanes puedan utilizar inmediatamente las armas de que disponen

để công nhân Đức có thể ngay lập tức sử dụng vũ khí theo ý của họ

las condiciones sociales y políticas que la burguesía debe introducir necesariamente junto con su supremacía

các điều kiện xã hội và chính trị mà giai cấp tư sản nhất thiết phải đưa ra cùng với quyền lực tối cao của nó;

la caída de las clases reaccionarias en Alemania es inevitable

sự sụp đổ của các giai cấp phản động ở Đức là không thể tránh khỏi

y entonces la lucha contra la burguesía misma puede comenzar inmediatamente

và sau đó cuộc chiến chống lại chính giai cấp tư sản có thể bắt đầu ngay lập tức

Los comunistas dirigen su atención principalmente a Alemania, porque este país está en vísperas de una revolución burguesa

Những người cộng sản chuyển sự chú ý của họ chủ yếu sang Đức, bởi vì đất nước đó đang ở trước thềm một cuộc cách mạng tư sản

una revolución que está destinada a llevarse a cabo en las condiciones más avanzadas de la civilización europea

một cuộc cách mạng chắc chắn sẽ được thực hiện trong những điều kiện tiên tiến hơn của nền văn minh châu Âu

y está destinado a llevarse a cabo con un proletariado mucho más desarrollado

Và nó nhất định phải được thực hiện với một giai cấp vô sản phát triển hơn nhiều

un proletariado más avanzado que el de Inglaterra en el XVII y el de Francia en el siglo XVIII

một giai cấp vô sản tiên tiến hơn của Anh vào thế kỷ XVII, và của Pháp vào thế kỷ XVIII

y porque la revolución burguesa en Alemania no será más que el preludio de una revolución proletaria inmediatamente posterior

và bởi vì cuộc cách mạng tư sản ở Đức sẽ chỉ là khúc dạo đầu cho một cuộc cách mạng vô sản ngay sau đó

En resumen, los comunistas apoyan en todas partes todo movimiento revolucionario contra el orden social y político existente

Nói tóm lại, những người cộng sản ở khắp mọi nơi ủng hộ mọi phong trào cách mạng chống lại trật tự xã hội và chính trị hiện có

En todos estos movimientos ponen en primer plano, como cuestión principal en cada uno de ellos, la cuestión de la propiedad

Trong tất cả các phong trào này, họ đưa ra phía trước, như câu hỏi hàng đầu trong mỗi câu hỏi về tài sản

no importa cuál sea su grado de desarrollo en ese país en ese momento

Bất kể mức độ phát triển của nó là bao nhiêu ở quốc gia đó vào thời điểm đó

Finalmente, trabajan en todas partes por la unión y el acuerdo de los partidos democráticos de todos los países

Cuối cùng, họ lao động khắp nơi cho sự liên minh và thỏa thuận của các đảng dân chủ của tất cả các quốc gia

Los comunistas desdeñan ocultar sus puntos de vista y sus objetivos

Những người cộng sản khinh miệt che giấu quan điểm và mục đích của họ

Declaran abiertamente que sus fines sólo pueden alcanzarse mediante el derrocamiento por la fuerza de todas las condiciones sociales existentes

Họ công khai tuyên bố rằng mục đích của họ chỉ có thể đạt được bằng cách lật đổ cưỡng bức tất cả các điều kiện xã hội hiện có

Que las clases dominantes tiemblen ante una revolución comunista

Hãy để giai cấp thống trị run sợ trước một cuộc cách mạng cộng sản

Los proletarios no tienen nada que perder más que sus cadenas

Những người vô sản không có gì để mất ngoài xiềng xích của họ

Tienen un mundo que ganar

Họ có một thế giới để giành chiến thắng

¡TRABAJADORES DE TODOS LOS PAÍSES, UNÍOS!

NHỮNG NGƯỜI LAO ĐỘNG CỦA TẤT CẢ CÁC NƯỚC, ĐOÀN KẾT!

www.ingramcontent.com/pod-product-compliance
Lightning Source LLC
Chambersburg PA
CBHW011737020426
42333CB00024B/2935